पुणे विद्यापीठाच्या द्वितीय वर्ष कला शाखेच्या (S. Y. B. A. राज्यशास्त्र स्पेशल पेपर-१)
२०१४-१५च्या सुधारित अभ्यासक्रमानुसार लिहिलेले क्रमिक पुस्तक
तसेच महाराष्ट्रातील इतर सर्व विद्यापीठांना उपयुक्त.

पाश्चिमात्य राजकीय विचारवंत

Western Political Thinkers

I0557017

डॉ. नितीन बिरमल
डॉ. वैशाली पवार

डायमंड पब्लिकेशन्स

पाश्चिमात्य राजकीय विचारवंत
डॉ. नितीन बिरमल, डॉ. वैशाली पवार
Paschimatya Rajkeey Vicharvant
Dr. Niteen Birmal, Dr. Vaishali Pawar

प्रथम आवृत्ती : जून २०१४

ISBN 978-81-8483-590-8

© डायमंड पब्लिकेशन्स

मुखपृष्ठ
शाम भालेकर

प्रकाशक
डायमंड पब्लिकेशन्स
२६४/३ शनिवार पेठ, ३०२ अनुग्रह अपार्टमेंट
ओंकारेश्वर मंदिराजवळ, पुणे–४११ ०३०
☎ ०२०–२४४५२३८७, २४४६६६४२

info@diamondbookspune.com
www.diamondbookspune.com

प्रमुख वितरक
डायमंड बुक डेपो
६६१ नारायण पेठ, अप्पा बळवंत चौक
पुणे–४११ ०३० ☎ ०२०–२४४८०६७७

प्रस्तावना

राज्यशास्त्र विषयाचा अभ्यासक्रम पदवीस्तरावर दर तीन वर्षांनी बदलतो. महाराष्ट्रातील सर्व विद्यापीठांमध्ये पाश्चिमात्य राजकीय विचार किंवा विचारवंत हा पेपर आहे. त्यामुळे पाश्चिमात्य राजकीय विचार किंवा विचारवंत या पेपरसाठी उपयुक्त ठरणारे हे अभ्याससाहित्य आहे. विद्यार्थ्याला विषय समजावा हा हेतू या पुस्तकाच्या लेखनामागील आहे. त्यामुळे विषय सोपा करण्याचा एक प्रयत्न केला आहे.

राज्यशास्त्र हा विषय सामाजिक शास्त्रांपैकी एक आहे. परंतु हा विषय सर्वसामान्य स्वरूपाचा नाही कारण त्यामध्ये राजकीय विचार ही उपविद्याशाखा अत्यंत महत्त्वाची आहे. या उपविद्याशाखेची ओळख या पेपरच्या माध्यमातून होण्यासाठी हा अभ्यासक्रम मदत करेल.

राजकीय तत्त्वज्ञानात ज्यांनी मोलाची भर घातली किंवा ज्यांचा राजकीय जीवनावर प्रभाव पडलेला आहे अशा विचारवंतांच्या विचारांचा अभ्यास करणारी 'राजकीय तत्त्वज्ञानाची राजकीय विचार' ही शाखा आहे. महत्त्वाच्या राजकीय विचारवंतांचा अभ्यास राजकीय विचार या विद्याशाखेमध्ये केला जातो. प्लेटो, ॲरिस्टॉटल, मॅकिआव्हेली, जे. एस. मिल, कार्ल मार्क्स, थॉमस हॉब्ज, जॉन लॉक, रुसो या विचारवंतांच्या विचारांचा अभ्यास या पेपरमध्ये केलेला आहे. या विचारवंतांच्या विचारांवर यामध्ये लक्ष्य केंद्रित केलेले आहे. या विचारवंतांचे विचार यामध्ये अभ्यासले आहेत. समकालीन राजकीय समस्या समजून घेण्यासाठी ह्या विचारवंतांचे विचार उपयुक्त आहेत. तसेच राजकीय विचारांचा तुलनात्मक अभ्यास करण्यासाठी देखील हे विचार उपयुक्त आहेत. अशा प्रकारचे अभ्यास साहित्य तयार करण्यासाठी डॉ. भा.ल. भोळे तसेच इतर लेखकांच्या साहित्याचा उपयोग केला आहे. हे अभ्याससाहित्य असल्याने त्यांनी मांडलेले मुद्दे पुस्तकात आले आहेत; त्याबद्दल त्यांचे आम्ही आभारी आहोत. डॉ. प्रकाश पवार (प्राध्यापक, राज्यशास्त्र विभाग, शिवाजी विद्यापीठ) यांनी मुद्दे सुचविले, उपयुक्त अशी चर्चा केली त्याबद्दल आम्ही त्यांचे आभारी आहोत. याशिवाय असे वेगळ्या पद्धतीचे अभ्यास साहित्य छापण्याची जबाबदारी डायमंड पब्लिकेशन्सचे श्री. दत्तात्रेय पाष्टे यांनी घेतली त्याबद्दल आम्ही त्यांचेही आभारी आहोत.

डॉ. नितीन बिरमल, डॉ. वैशाली पवार

लेखक–परिचय

• डॉ. नितीन बिरमल

डॉ. आंबेडकर कला व वाणिज्य महाविद्यालय (येरवडा), पुणे येथे राज्यशास्त्राचे प्राध्यापक म्हणून कार्यरत. गेली २० वर्षे महाराष्ट्राच्या राजकारणाविषयी विविध संशोधन प्रकल्पांशी संलग्न. निवडणूक अभ्यासांखेरीज 'महाराष्ट्राच्या राजकीय अर्थव्यवस्थेचा अभ्यास' हा त्यांच्या अभ्यासाचा एक महत्त्वाचा भाग आहे. त्यांनी महाराष्ट्र फाउंडेशनसाठी पुणे शहराच्या औद्योगिक विकासाचे विश्लेषण करणारा संशोधन प्रकल्प १९९९ मध्ये पूर्ण केला आहे. Economical and Political Weekly व समाज प्रबोधन पत्रिका यामध्ये संशोधनपर लेखन प्रसिद्ध झाले आहे.

• डॉ. वैशाली प्रकाश पवार

पुणे विद्यापीठातील 'राज्यशास्त्र व लोकप्रशासन विभाग' येथून पदव्युत्तर एम.ए.चे शिक्षण पूर्ण केले. 'पिंपरी–चिंचवड शहराचे राजकारण' हा विषय घेऊन एम.फिल. पदवी मिळवली. तसेच त्यानंतर 'पश्चिम महाराष्ट्रातील महापालिकांचे राजकारण' या विषयाचा सखोल अभ्यास करून पुणे विद्यापीठातर्फे पीएच.डी. ही पदवी प्राप्त केली.

अखिल भारतीय मराठा शिक्षण परिषदेचे श्री. शाहू मंदिर महाविद्यालय, पर्वती, पुणे येथे सध्या राज्यशास्त्र व लोकप्रशासन या विषयाच्या विभागप्रमुख म्हणून कार्यरत आहेत. महिलांचा सत्तासंघर्षाचा आलेख या पुस्तकाच्या लेखिका. 'महाराष्ट्राचे राजकारण : राजकीय प्रक्रियेचे स्थानिक संदर्भ' या संदर्भ पुस्तकात 'पश्चिम महाराष्ट्रातील महापालिकांचे राजकारण' या विषयावर लेख. 'वसा यशवंतरावांचा, वारसा शरदरावांचा' या पुस्तकात 'शहरी विकासाचे राजकारण' या विषयावर लेख. समाजप्रबोधन पत्रिका, पुरोगामी सत्यशोधक व परिवर्तनाचा वाटसरू या मासिकांमध्ये निवडणूकविषयक लेख प्रसिद्ध झाले आहेत.

महाराष्ट्र विधानसभा पातळीवरील महिला नेतृत्वाचा अभ्यास हा बीसीयुडी, पुणे विद्यापीठ यांच्या सहकार्याने मायनर संशोधन प्रकल्प पूर्ण केला आहे.

अनुक्रम

<table>
<tr><td>प्रकरण
१</td><td></td></tr>
</table>

प्लेटो
(Plato)

अ) आदर्श राज्य व तत्त्वज्ञ राजा (Ideal State and Philosopher King)
ब) शिक्षणाबाबतचे विचार (Views on Education)
क) प्लेटोचे न्याय व साम्यवादाबाबतचे विचार
(Views on Justice and Communism)

अल्प परिचय

जन्म : इ. स. पूर्व ४२७, मृत्यू : इ. स. पूर्व ३४७

ग्रीक नगरराज्यातील अथेन्स येथे प्लेटोचा जन्म झाला. अथेन्समध्ये लोकशाही होती परंतु स्त्रिया, परकीय व्यक्ती, गुलाम, भूदास व वीस वर्षांखालील मुले यांना नागरिकत्व नव्हते त्यामुळे अथेन्समध्ये खऱ्या अर्थाने लोकशाही नव्हती. प्लेटोचा जन्म एका सुधारणावादी उमराव घराण्यात झाला. प्लेटोवर सॉक्रेटिसचा प्रभाव होता. राजकारणाचा शास्त्रशुद्ध अभ्यास करण्यासाठी प्लेटोने अकादमी स्थापन केली होती. रिपब्लिक, स्टेट्समन व लॉज हे महत्त्वाचे ग्रंथ प्लेटोने लिहिले आहेत. व्यक्तीचा सर्वांगीण विकास समाजातच होऊ शकतो. राजकीय ध्येयप्राप्तीसाठी नैतिकतेचा बळी देवू नये तसेच राजकीय व्यक्तीची कृती हेतूपूर्वक असली पाहिजे ही त्याच्या राजकीय विचारांची महत्त्वाची सूत्रे होती.

अ) आदर्श राज्य व तत्त्वज्ञ राजा
प्लेटोचे आदर्श राज्य
प्रस्तावना

प्लेटोने आदर्श राज्य ही संकल्पना मांडली कारण त्या वेळी ग्रीक नगरराज्यामध्ये अशांतता, अराजकता निर्माण झाली होती. प्लेटोचे आदर्श राज्य या निर्माण झालेल्या समस्यांवरील उपाय होते. व्यक्तीला चांगल्या जीवनाची हमी व तिच्या अंगभूत गुणांचा

विकास करण्यासाठी आदर्श राज्य गरजेचे आहे असे प्लेटो मानतो. आदर्श राज्य हे जसे न्यायावर आधारलेले असेल असे तो सांगतो त्याचबरोबर आदर्श राजामध्ये तत्त्वज्ञ राजेच राज्यकर्ते असतील असे प्लेटो सांगतो. मनुष्याच्या गरजांची पूर्तता करणे हे आदर्श राज्याचे उद्दिष्ट आहे असे त्याने म्हटले आहे.

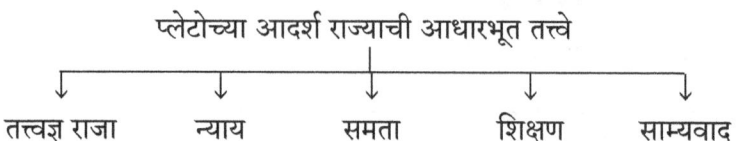

प्लेटोच्या आदर्श राज्याची आधारभूत तत्त्वे

| तत्त्वज्ञ राजा | न्याय | समता | शिक्षण | साम्यवाद |

१) तत्त्वज्ञ राजा : प्लेटोने राज्याची सत्ता कोणाच्या हाती? या प्रश्नाच्या उत्तरार्थ असे म्हटले की, तत्त्वज्ञ राजा किंवा बुद्धिमान राज्यकर्ते यांच्या हातात राज्याची सत्ता असणार आहे. राजाच बुद्धिमान, हुशार, तत्त्वज्ञानी असल्याने जनतेचे कल्याण कशात आहे, हे त्याला समजते त्यामुळे आदर्श राज्यामध्ये, प्लेटोला कायद्याची आवश्यकता वाटत नाही. राज्य करण्याचे पूर्णपणे स्वातंत्र्य तत्त्वज्ञ राज्याला असले पाहिजे असे प्लेटो मानतो.

२) न्याय : समाजातील प्रत्येक वर्गाने आपले कार्य करणे व त्याचबरोबर दुसऱ्याच्या कार्यात हस्तक्षेप न करणे म्हणजे 'न्याय' अशी न्यायाची व्याख्या प्लेटो करतो. उत्पादक, सैनिक व तत्त्वज्ञ राज्यकर्ते हे तीनही वर्ग आपले कार्य व्यवस्थितपणे पार पाडतील व दुसऱ्याच्या कार्यामध्ये हस्तक्षेप करणार नाहीत. हाच न्याय आदर्श राज्याचा आधार आहे. प्लेटोचे आदर्श राज्य न्यायावर आधारलेले आहे.

३) समता : प्लेटोच्या आदर्श राज्याचा आधार किंवा मूलभूत तत्त्व समता हे आहे. स्त्री व पुरुष अशी विषमता आदर्श राज्यात असणार नाही तर पुरुषाप्रमाणेच स्त्रियांनादेखील समान हक्क व समान संधी असेल.

४) शिक्षण : प्लेटोच्या आदर्श राज्यामध्ये शिक्षणाला महत्त्वाचे स्थान आहे कारण व्यक्तीला आपल्या हक्कांची व कर्तव्याची जाणीव शिक्षणातूनच होते. त्याबरोबर जीवनाच्या प्रत्येक टप्प्यांवर शिक्षण तसेच प्राथमिक शिक्षणाचा टप्पा झाल्यानंतर परीक्षा व त्यात उत्तीर्ण झाले तरच उच्च शिक्षण तसेच राज्यकर्ता वर्गासाठी शिक्षण असा शिक्षणाचा आकृतिबंध प्लेटो मांडतो. आदर्श राज्य निर्माण होण्यासाठी शिक्षण ही अत्यावश्यक गोष्ट आहे असे प्लेटो मानतो.

५) साम्यवाद : आदर्श राज्य निर्माण होण्यासाठी प्लेटोला संपत्तीचा व स्त्रियांचा साम्यवाद आवश्यक वाटतो. संपत्ती व स्त्रिया या गोष्टी सैनिक व सत्ताधारी वर्गाला भ्रष्ट, अनैतिक बनवू शकतात; म्हणून त्याने या वर्गासाठी साम्यवाद सांगितला.

२ । पाश्चिमात्य राजकीय विचारवंत

आदर्श राज्यावरील टीका

१) प्लेटोने त्याच्या आदर्श राज्यामध्ये तत्त्वज्ञ राज्यकर्ते असतील व तेच जनतेचे कल्याण करू शकतील असे म्हटले आहे. त्यांना निरंकुश सत्ता तो देतो. अशावेळी ते हुकूमशहा बनू शकतात याकडे तो दुर्लक्ष करतो.

२) प्लेटोच्या आदर्श राज्यामध्ये प्रत्येक व्यक्तीला विशिष्ट प्रकारचे काम करावे लागत असल्याने त्या व्यक्तीच्या व्यक्तिमत्त्वाचा सर्वांगीण विकास होऊ शकणार नाही.

३) प्लेटो आदर्श राज्यात कायद्याचे महत्त्व नाकारताना दिसतो आहे. परंतु प्रत्यक्ष राज्यकारभारासाठी कायद्याची आवश्यकता असते.

४) प्लेटोची शिक्षणपद्धती प्रत्यक्षात अमलात आणणे कठीण आहे.

५) प्लेटो शासक व सैनिक वर्ग यांच्यावरती साम्यवाद लादताना दिसतो.

तत्त्वज्ञ राजा

प्रस्तावना

आदर्श राज्य, तत्त्वज्ञ राज्यकर्ते किंवा तत्त्वज्ञ राजा ही संकल्पना प्लेटोने 'दि रिपब्लिक' या ग्रंथात मांडली आहे. प्लेटोच्या मते राज्यकारभार हा संपूर्ण पालक वर्गाने करावयाचा आहे. हा राज्यकारभार करण्यासाठी 'तत्त्वज्ञ राजा' असावा. तत्त्वज्ञ राजा या संकल्पनेत प्लेटोने स्त्री व पुरुष या दोहोंचाही समावेश केला आहे. प्लेटो प्रणीत आदर्श राज्यात ज्ञानी तत्त्ववेत्ते सत्ताधारी असतात. प्लेटो तत्त्ववेत्ता असे ज्यास संबोधतो त्यांना श्रेष्ठतम सत्-सामान्य स्वरूपाचे साक्षात बौद्धिक दर्शन झालेले असते. मध्यम दर्जाच्या सत्-सामान्यापासून श्रेष्ठतम (कल्याणप्रद) सत्-सामान्यापर्यंत जो बौद्धिक प्रवास असतो त्याला प्लेटो 'डायलेक्टिक' असे म्हणतो. हे डायलेक्टिक आत्मसात करणारा तो तत्त्ववेत्ता आणि तोच सर्वार्थांनी समाजाचा पालक होण्यास पात्र असतो, असे प्लेटो मानतो.

कल्याण काय आहे? याचे ज्ञान झालेले तत्त्ववेत्ते कोणत्याही प्रसंगी किंवा कोणत्याही परिस्थितीत काय करणे हितकारक होईल याचा योग्य निर्णय घेऊ शकतात म्हणूनच ते समाजाचा राज्यकारभार करण्यास पात्र ठरतात. ज्ञानी असल्यामुळे 'तत्त्ववेत्ता राजा' राज्याची उत्तम काळजी घेईल. तो नागरिकांच्या हितातच स्वत:चे हित पाहिल. तो विवेकपूर्ण असल्यामुळे कौर्य, स्वार्थ व शोषण यांना तो दूर ठेवील. विवेकाशी संलग्न असलेला दुसरा सद्गुण प्रेम असल्यामुळे तो राज्याची एकात्मता कायम ठेवू शकेल.

तत्त्वज्ञ राजा हा विचार मांडण्यामागील प्लेटोचे खालील हेतू दिसून येतात.

१) तत्कालीन नगरराज्यात 'सोफिस्ट' या नावाने ओळखले जाणारे शिक्षक, विचारवंत होते. त्यांनी आपल्या शिकवणीतून व्यक्तिस्वातंत्र्यवादी विचार मांडण्यास सुरुवात

केली. त्यांच्या या शिकवणीमुळे लोक आत्मकेंद्रित बनतील. राज्याचे हित कशात आहे याचा विचार न करता केवळ स्वार्थाच्यामागे लागतील. यामुळे शेवटी राज्य व नागरिक यांचे संतुलन बिघडून अराजक निर्माण होईल अशी भीती प्लेटोला वाटत होती; म्हणून सोफिस्टांच्या शिकवणीस विरोध करणे, हा त्याचा पहिला हेतू होता.

२) नगरराज्यामध्ये दिसून येणारे प्रशासकीय शैथिल्य व अकार्यक्षमता त्यास दूर करावयाची होती. अथेन्स या नगरराज्यामध्ये लोकशाही विचारांचा अतिरेक झाल्यामुळे कोणीही कोणत्याही पदावर आरूढ होण्यास लायक आहे अशी समजूत बळकट होत चालली होती. गुलामगिरी अनैसर्गिक आहे व मानवी समता हीच शास्त्रीय आहे. अशा प्रकारची शिकवण देऊन सोफिस्ट विचारवंत या समजुतीला खतपाणी घालत होते. प्लेटोला हे संपूर्ण समतेचे तत्त्व चुकीचे आहे हे दाखवावयाचे होते.

३) अथेन्स नगर राज्यामध्ये पाल्यांना दिले जाणारे शिक्षण ही राज्याने आपली जबाबदारी मानली नव्हती. संस्कारांद्वारे नागरिकांना योग्य ते शिक्षण मिळून एकूण उत्तम नागरिकत्वाचे गुण आत्मसात केल्यामुळे राजसत्ता बळकट करण्याचा हेतू साध्य होत नव्हता. यामुळे प्लेटोने आपल्या आदर्श राज्याच्या व्यवस्थेत योग्य शैक्षणिक पद्धती सुरू करण्याचा आग्रह धरलेला दिसतो. यातून तत्त्वज्ञ राजे निर्माण होतील असे प्लेटोला वाटते. शिक्षित राज्यकर्ते असल्याशिवाय राज्याचे कल्याण होणार नाही व शांततादेखील निर्माण होणार नाही.

तत्त्वज्ञ राजा

प्लेटोच्या आदर्श राज्य व्यवस्थेचा मुख्य कणा म्हणजे तत्त्ववेत्यांच्या हाती राज्याची सार्वभौम सत्तेची सुत्रे सोपविणे हा होय. प्लेटो आपला गुरू सॉक्रेटिस याच्याकडून 'सद्गुण म्हणजे ज्ञान होय' हे सूत्र शिकला होता. ते सूत्र डोळ्यांपुढे ठेवून त्याने त्याचा विस्तार केला; जर सद्गुण हेच ज्ञान असले तर उच्च प्रकारच्या ज्ञानाने उच्च प्रकारचे सद्गुण प्राप्त होऊ शकतील. असे उच्च प्रकारचे सद्गुण असलेली व्यक्ती जर राज्य करू लागली. तरच ते राज्य आदर्श प्रकारचे होऊ शकेल. त्या राज्यात न्याय प्राप्त होईल. हे उच्च प्रकारचे ज्ञान कोणते ? तर ते ज्ञान तत्त्वज्ञान होय. प्लेटोच्या मते तत्त्वज्ञानी व्यक्तीच्या ठिकाणीच बुद्धी, विवेक, धैर्य, संयम व स्वत:च्या वासना काबूत ठेवण्यास लागणारी मानसिक शक्ती या गोष्टी एकत्रित स्वरूपात असल्यामुळे राज्य करण्यास अशाच व्यक्ती लायक आहेत. आपल्या रिपब्लिक या ग्रंथात तत्त्ववेत्ते राज्यकर्ते ही संकल्पना प्लेटोने अतिशय समर्पक शब्दांत मांडली आहे. जोपर्यंत तत्त्वज्ञ हे राज्यकर्ते बनत नाहीत तोपर्यंत शहरे दुर्गुणापासून मुक्त होऊच शकणार नाहीत. अशा प्रकारच्या तत्त्ववेत्त्यांच्या हातात राजसत्ता सोपविली तर ते राज्याचा कारभार शहाणपणाने करतील. नगरराज्याच्या

प्रशासनात दिसून येणारे प्रशासकीय शैथिल्य, अकार्यक्षमता व भ्रष्टाचार हे दुर्गण काढून टाकू शकतील असा आत्मविश्वास प्लेटोच्या ठिकाणी होता.

सत्तेवर मर्यादा

तत्त्ववेत्त्यांच्या हातात शासनाची सत्ता सुपुर्द केल्यानंतर त्यावर मर्यादा काय? सर्वसाधारण कायदे व रूढी आणि संकेत यांचे बंधन तत्त्ववेत्त्या राज्यकर्त्यावर नाही. प्रत्येक गोष्टीविषयी निर्णय तत्त्ववेत्त्यांनी आपल्या बुद्धी व विवेकाच्या आधारे घ्यायचा आहे; याचे कारण प्लेटो कायद्याच्या उणिवा समजू शकतो. त्याच्या मते कायदा परिदृढ असतो. तो राबविताना व्यक्तिगत स्वरूपाची भिन्नता, परिस्थितीचे स्वतंत्र वैशिष्ट्य व प्रत्येक प्रसंगाचा वेगळेपणा या गोष्टी लक्षात घेतल्या जातील. अशी खात्री नसल्यामुळे न्यायाऐवजी अन्यायच होण्याची शक्यता असते. तसेच पुष्कळदा कायदा हा अज्ञान व पूर्वग्रह यावरही आधारलेला असतो. कायदा एक व आलेला प्रत्यक्ष अनुभव दुसरा असेही दिसून येते. त्यामुळे अनुभवाने ज्ञानात पडलेली भर, कायद्याद्वारे व्यक्त होईलच असे सांगता येत नाही. तत्त्ववेत्त्या राज्यकर्त्याने आपले शिक्षण व आपले अनुभव याचा उपयोग करून आपली बुद्धी जर वापरली नाही व जुने कायदे आणि परंपरा यांनाच तो चिकटून राहिला तर त्यातून जनतेवर अन्याय होईल हे प्लेटोला माहित होते.

राज्यकर्त्यावरील बंधने

सर्वसाधारण कायद्यापासून तत्त्ववेत्त्या राज्यकर्ताची मुक्तता करणारा प्लेटो तत्त्ववेत्त्या राज्यकर्त्याच्या अनिर्बंध स्वैराचाराला मुभा देतो असा मात्र याचा अर्थ नाही; कारण आपल्या ग्रंथात तो या तत्त्ववेत्त्या राज्यकर्त्यांनाही मूलभूत कायदे किंवा तत्त्वांची बंधने घालतो. प्लेटोच्या मताप्रमाणे एकूण चार तत्त्वाचे बंधन तत्त्ववेत्त्या राज्यकर्त्यांनाही लागू होईल.

१) नगरराज्यातील संपत्ती धारण करण्याविषयीचे नियम अथवा संपत्ती धारण करण्यावरील मर्यादा.
२) राज्याचा आकार व मर्यादित लोकसंख्या.
३) कार्याच्या वाटपासंबंधी अस्तित्त्वात आणलेली न्यायतत्त्वे किंवा पद्धती.
४) प्लेटोने घालून दिलेली आदर्श शिक्षणपद्धती.

सारांश

प्लेटोने आदर्श राजा व तत्त्वज्ञ राजा या संकल्पना मांडल्या. न्याय, शिक्षण, समता, साम्यवाद या घटकांवरती आधारलेले आदर्श राज्य प्लेटोने मांडले. त्याचबरोबर राज्यकर्ता वर्ग हा तत्त्वज्ञानीच असला पाहिजे व त्याच्याच हाती राज्याची सर्व सत्ता असली तरच जनतेचे कल्याण होईल व जगामध्ये शांतता प्रस्थापित होईल.

ब) शिक्षणाबाबतचे विचार

प्रस्तावना

समाजामध्ये न्याय प्रस्थापित होण्यासाठी प्रत्येकाने आपल्या धर्मानुसार आचरण करणे गरजेचे असते. आपला धर्म कोणता याचे ज्ञान प्रत्येकाला शिक्षणातून मिळावे ही प्लेटोची शिक्षणाबाबतची भूमिका होती.

गुणवत्ता व लायकी बघून जबाबदारी द्यावी. जबाबदारी पूर्ण करणे नागरिकाचे कर्तव्य आहे. जबाबदारी सोपवण्यासाठी गुणवत्ता व कुवत कोणत्या निकषांवर ठरवावयाची? हा निकष वस्तुनिष्ठ असला तरच लोकांची खात्री होऊ शकेल की, आपणाकडे सोपविलेले काम आपल्या लायकीप्रमाणेच दिलेले आहे. हा निकष पक्षपाती असेल तर असंतोष निर्माण होईल. ही वस्तुनिष्ठ चाचणी शिक्षण पद्धतीतूनच घेता येईल, प्लेटोला वाटते. म्हणून प्लेटोने शिक्षण विषयक सिद्धान्ताची मांडणी केली.

युरोपमध्ये विकसित होऊन जगभर पसरलेल्या उदार (लिबरल) शिक्षणक्रमाचा प्रारंभ प्लेटोच्या शिक्षण विषयक तत्त्वज्ञानात व कार्यक्रमात आढळेल. शारीरिक व्यायामाने शरीर निरोगी व सुदृढ करणे, संगीत साहित्य इत्यादी कलांच्याद्वारे भावनांना व इच्छांना वळण देऊन संयम व धैर्य हे गुण रुजवणे आणि शास्त्रांच्या अभ्यासाद्वारे विवेकशक्ती विकसित करणे, हे या शैक्षणिक कार्यक्रमाचे प्रमुख घटक होत.

'मानसोपचार करून समाजाच्या मनोविकृती वजा करण्याचा कार्यक्रम' असे त्याचे वर्णन अर्नेस्ट बार्करने केले आहे. रुसो त्यास 'शिक्षण क्षेत्रातील सर्वोत्तम पद्धत' मानतो.

शिक्षणाची सूत्रे

१) स्त्री-पुरुष यांना शिक्षणात समान स्थान.

२) राज्यसंस्थेच्या खर्चाने सार्वत्रिक आणि मोफत शिक्षण. राज्यकर्ते राष्ट्रीय व आंतरराष्ट्रीयदृष्ट्या उपयोगी होतील अशा प्रकारे त्यांना शिक्षण द्यावे.

३) लहान मुलावर परिणाम करणारे शिक्षण नसावे.

शिक्षणाचा आकृतिबंध प्रारूप किंवा टप्पे

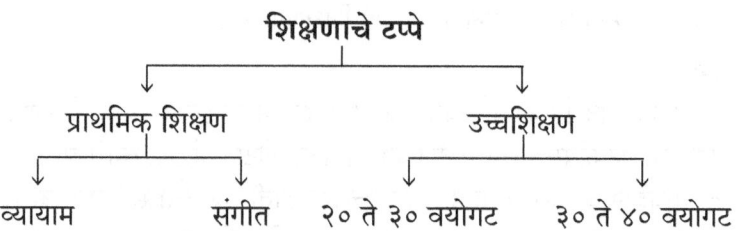

१) प्राथमिक शिक्षण -

सर्वांसाठी प्राथमिक शिक्षण उपलब्ध असावे. चारित्र, उत्साह आणि राज्याच्या रक्षणार्थ लागणाऱ्या सर्व गुणांचा यामध्ये समावेश व्हावा.

अ) व्यायाम आणि संगीत या दोन विषयांचा अंतर्भाव प्लेटोने प्राथमिक पातळीवरील शिक्षणात केला आहे. व्यायामात प्लेटो आहारशास्त्र व वैद्यकशास्त्राचेही ज्ञान अंतर्भूत करतो. शरीर सुदृढ ठेवणे हे व्यायामाचे प्रयोजन आहे. त्याचप्रमाणे व्यायामाद्वारे नैतिक चारित्र्याची निर्मिती, साहस, सहिष्णुता, उत्साह, शौर्य इ. गुणांची जोपासना करणे हे होणे प्लेटोला अपेक्षित होते.

ब) संगीत - वाद्य, नृत्य, गायन, काव्य, साहित्य, गीत, मूर्तिकला, चित्रकला वगैरे ललितकलांचाही अंतर्भाव प्लेटोने प्राथमिक शिक्षणात केला आहे. प्लेटोच्या मते लय, ताल यांच्या अंगी आत्म्याच्या अंतरंगात खोल शिरण्याचे जेवढे सामर्थ्य असते तेवढे दुसऱ्या कशातच नसते. सुसंवादातून स्वर, लय, सामंजस्य निर्माण होऊन न्याय मिळतो तसेच आनंदाचा व सौंदर्याचा अस्वाद घेता येतो. या शिक्षणाद्वारे अशा एका राज्याची निर्मिती होईल की, तेथे कायदे, न्यायालये, वकील वा वैद्य याची गरज नसेल. २० व्या वर्षी बौद्धिक व व्यावहारिक चाचणी घेतली जाईल. त्यामध्ये जे उत्तीर्ण होतील त्यांना उच्च शिक्षण दिले जाईल. अनुत्तीर्ण होणाऱ्यांवर शेतकरी, कामगाराची कामे सोपविली जातील.

२) उच्च शिक्षण

२० वर्षानंतर उच्च शिक्षणाला सुरुवात होते. तत्पूर्वी दोन वर्षे प्रत्येकाला सक्तीचे लष्करी शिक्षण देण्यात येईल. प्लेटोने उच्च शिक्षणाचे आणखी दोन टप्पे सांगितले आहेत.

(१) २० ते ३० पर्यंतचा (२) ३० ते ४० पर्यांतचा टप्पा हे शिक्षण शासक व पालक वर्गासाठी आवश्यक वाटते. उच्च शिक्षणात त्याचा भर गणित, भूमिती, ज्योतिष, संगीत आणि तत्त्वज्ञान या विषयांवर आहे. गणित हे प्लेटोच्या मते तत्त्वज्ञानाची पहिली पायरी आहे. स्थिर व अपरिवर्तनीय अशा वस्तूंचे ज्ञान जर मिळवायचे झाले तर इंद्रियांच्याद्वारे वस्तूचे ज्ञान होत नसते; तर आपण त्या विषयक समजुती करून घेत असतो. अशी प्लेटोची भूमिका असल्यामुळे इंद्रियगोचर आकृतीच्या पलीकडील असलेल्या सत्-सामान्याचा वेध घेणाऱ्या गणित व भूमितीचे त्यास आकर्षक वाटते. त्रिकोण, वर्तुळ यासारखी सत्-सामान्ये अतिंद्रिय असल्यामुळे त्यांचे चिंतन केले जाऊ शकते. संवेध प्रचिती घेतली जाऊ शकत नाही. पूल बांधण्यापूर्वी त्याचे सत्-सामान्य रूप वास्तुशिल्पकार पाहू शकतात असाच प्रकार आहे.

'विशुद्ध सत्याच्या शोधार्थ विशुद्ध बुद्धिचा वापर' कसा करावा हे गणितापासून

शिकता येते. अशा शब्दांत प्लेटोने आपली भूमिका नमूद केली आहे. गणिताचे ज्ञान असणाऱ्यांसाठीच त्याने आपल्या अकादमीचे दरवाजे खुले ठेवले होते.

३० व्या वर्षी चाचणी घेतली जाईल. यामध्ये उत्तीर्ण होतील त्यांनाच संपूर्ण पालकत्वाच्या शिक्षणाची संधी दिली जाईल. जे अनुत्तीर्ण होतील ते साहाय्यक पालक होतील. संपूर्ण पालक म्हणून ज्यांना घडवायचे त्यांना विशुद्ध व श्रेष्ठतम सत्-सामान्याचे साक्षात दर्शन शिक्षणातून मिळावे अशी योजना प्लेटोने आखली होती. तत्त्वज्ञानाचे शिक्षण त्यासाठी तो अत्यावश्यक ठरवतो.

३५ व्या वर्षापर्यंत असे बौद्धिक शिक्षण घेतल्यानंतर जगाच्या प्रत्यक्ष व्यवहाराच्या पुढे १५ वर्षे अनुभव घेण्याची शासक वर्गांसाठी आवश्यकता प्लेटोने प्रतिपादन केली आहे. जीवनातील प्रत्यक्ष अनुभव आणि जडणघडण यातूनच त्यांचे शिक्षण पूर्ण होते. शास्त्रे व लोकव्यवहार या दोहोंमध्ये प्रावीण्य मिळवलेले तत्त्ववेत्ते राजे हेच प्लेटोच्या मते आदर्श राज्यकर्ते होऊ शकतात.

शिक्षण विषयक विचारांचे मूल्यमापन

प्लेटोची ही शिक्षणपद्धती व्यक्तीचा मानसिक कल लक्षात घेणारी आहे. ती नैतिकतेवर भर देणारी आहे. तसेच व्यक्ती व राज्यसत्ता यांच्यातील अंतर्विरोध नष्ट करणारीही आहे. साहजिकच प्लेटोच्या शिक्षण विषयक विचारात खालील गुण आढळतात.

१) भिन्न वयातील व्यक्तीसाठी भिन्न प्रकारची शिक्षण व्यवस्था केली आहे.

२) पाठ्यक्रमामध्ये जीवनाच्या प्रत्येक क्षेत्रांशी संबंधित असलेले विषय आहेत.

३) शिक्षण व्यवस्थेचा कार्यक्रम पूर्ण जीवनभर चालतो.

४) स्त्री-पुरुषासाठी समान शिक्षण हा क्रांतिकारी विचार होता; कारण अथेन्समध्ये स्त्रियांना शिक्षणाची संधी नव्हती.

५) मनुष्याची सर्वांगीण उन्नती करणे हा उद्देश होता.

वरीलप्रमाणे प्लेटोच्या शिक्षण पद्धतीत गुण आढळत असले तरी देखील शिक्षणविषयक विचारांच्या मर्यादा आहेत. त्या खालीलप्रमाणे :

१) प्लेटोच्या शिक्षणविषयक सिद्धान्तात उत्पादक वर्गाला कोणतेच स्थान नाही.

२) गणितावर अधिक जोर दिला आहे.

३) प्लेटोची शिक्षण विषयक विचारसरणी सैद्धांतिक अधिक व व्यावहारिक कमी आहे.

४) वयाच्या ३५ वर्षांपर्यंत गुरुच्या आज्ञेप्रमाणे वागणारे शिष्य-शासक स्वत: निर्णय घेण्याची पात्रता गमावून बसण्याचा धोकाही काही टीकाकारांना वाटतो.

५) व्यक्ती हितापेक्षा राज्य हितालाच त्यात प्राधान्य मिळाले आहे.

सारांश

प्लेटोच्या शिक्षणपद्धतीत दोष असले तरी त्याचे महत्त्व नाकारता येत नाही. शिक्षणाचा उद्देश व शिक्षणाचे महत्त्व त्यांनी स्पष्ट केले. त्यामुळे प्लेटोचे शिक्षण क्षेत्रातील स्थान अमर झाले.

क) प्लेटोचे न्याय व साम्यवादाबाबतचे विचार

प्रस्तावना

प्लेटोला आदर्श राज्य निर्माण करावयाचे होते म्हणून त्याने तत्त्वज्ञ राजा, शिक्षणपद्धती व साम्यवाद विषयक विचार मांडले. शासक वर्गाने केवळ समाजाच्या हितासाठी राज्यकारभार करावयाचा असल्यामुळे त्या वर्गातील व्यक्तींना समाजाच्या हिताहून स्वतंत्र असे स्वत:चे खाजगी हित किंवा स्वार्थ असता कामा नये. पालक आणि साहयक या दोन वर्गातील व्यक्तींना प्लेटोच्या आदर्श राज्यात स्वत:ची खाजगी मालमत्ता बाळगता येत नाही; किंवा विवाह करून पत्नी व अपत्ये यांचे मिळून कुटुंबही स्थापन करता येत नाही; कारण प्लेटोच्या मते शासकवर्गाला जर या दोन गोष्टींची परवानगी दिली तर ते स्वार्थी, धनलोभी व कर्तव्य पराङ्मुख होतील. कुटुंबाच्या मायाजाळात अडकून त्यांना नि:ष्पक्षपातीपणे व कार्यक्षमपणे कार्य करणे अवघड जाईल. नि:स्वार्थ बुद्धीने व नि:ष्पक्षपातीपणे त्यांना कर्तव्य पार पाडता येण्याच्या दृष्टीने संपत्ती व कुटुंब (कांता (बायको) व कांचन (पैसा)) या दोहोंबाबत साम्यवादी व्यवस्था असणे प्लेटोला आवश्यक वाटते.

प्लेटोची साम्यवादाची संकल्पना पूर्णपणे नवीन किंवा मूलभूत होती असे म्हणता येत नाही. प्लेटोच्या पूर्वी ग्रीसमध्ये अशा तऱ्हेची व्यवस्था होती. पायथागोरियन ह्या विचारप्रणालीचे प्रवर्तक मानले जातात. स्पार्टामध्ये राज्याच्या हिताच्या दृष्टीने स्त्रियांना उधार दिले जात होते. ७ व्या वर्षी मुलांना राज्याकडे सोपविले जात होते. पायथागोरिसच्या 'Friend's goods are the common goods.' ह्या वाक्यात साम्यवादाची बीजे होती.

प्लेटोच्या साम्यवादाचा उद्देश हर्नशा यांच्या मते असा आहे की, ‘‘संरक्षक आणि सैनिक ह्यांचे स्वत:चे कुटुंब राहणार नाही किंवा त्यांची स्वत:ची संपत्तीही राहणार नाही त्यामुळे वैयक्तिक हितासाठी ते आपल्या कर्तव्यापासून विचलित न होता. जास्तीत जास्त कार्यक्षमतेने सार्वजनिक कर्तव्यांचे पालन करू शकतील.’’

संपत्तीचा व स्त्रियांचा सामाईक उपभोग शासक वर्गासाठी सुचवणाऱ्या आपल्या साम्यवादाचे समर्थन करण्यासाठी प्लेटोने मानसशास्त्रीय, राज्यशास्त्रीय आणि तत्त्वज्ञानात्मक आधार सादर केले आहेत.

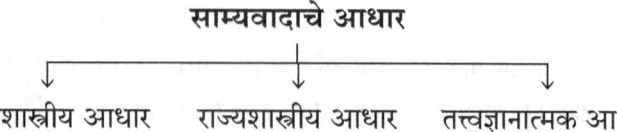

साम्यवादाचे आधार

मानसशास्त्रीय आधार | राज्यशास्त्रीय आधार | तत्त्वज्ञानात्मक आधार

१) मानसशास्त्रीय आधार

आत्म्याच्या तीन गुणांच्या आधारे समाजात तीन घटक असतात आणि प्रत्येकाचे आपापले कर्तव्य असते आणि ते प्रत्येकाने पार पाडण्यावर समाजाचे व राज्याचे भवितव्य अवलंबून असते पालक वर्गाने व संरक्षक वर्गाने आर्थिक लोभाचा त्याग केला पाहिजे. तसे न केल्यास संपत्तीचा लोभ व स्वार्थ यातून त्यांची बुद्धी भ्रष्ट होण्याचा धोका संभवतो आणि ते कर्तव्यच्युत होऊ शकतात. साम्यवादामुळे विशुद्ध बुद्धी आणि विवेक टिकविता येतो.

२) राज्यशास्त्रीय आधार

राज्यशास्त्रीय दृष्टीने एकाच वर्गाच्या हातात राजकीय व आर्थिक सत्तेचे केंद्रीकरण होणे घातक ठरते. त्यातून राजकीय जीवन भ्रष्ट होऊन त्याची क्षमताही नष्ट होऊ शकते; आर्थिक स्वार्थाला महत्त्व देणारे शासक बुद्धी व विवेकपासून दूर होतात. जनता अशा राज्यकर्त्यांच्या विरोधात बंड करते यातून राज्याचे ऐक्य व एकात्मता नष्ट होते.

३) तत्त्वज्ञानात्मक आधार

प्लेटोने साम्यवादाचे समर्थन तत्त्वज्ञानाच्याही आधारावर केले आहे. त्याच्या मते ज्यांनी निवृत्ती मार्ग पत्करला ते संत ज्याप्रमाणे भौतिक मोहमायांपासून दूर रहातात त्याप्रमाणे ज्यांच्यावर राज्यकारभार चालवण्याची विवेकयुक्त जबाबदारी सोपवली आहे त्यांनी स्वत:ला आर्थिक-कौटुंबिक मोहमायांपासून दूरच ठेवले पाहिजे.

प्लेटोच्या साम्यवादाचे दोन प्रकार आहेत - (१) संपत्ती विषयक साम्यवाद (२) स्त्रियांचा साम्यवाद (कांता) (कुटुंबाचा)

१) संपत्तीविषयक साम्यवाद - (कांचन)

राज्यकर्त्यावर्गाने खुल्या सार्वजनिक शिबिरात एकत्र रहावे. कोणतीही चैनीची मौल्यवान वस्तू जवळ बाळगू नये, किमान आवश्यक असतील तेवढ्याच गोष्टी जवळ ठेवाव्यात. त्यांच्या उपजीविकेसाठी आवश्यक असलेल्या गोष्टींचा नियमित व पुरेसा पुरवठा, त्यांनी दिलेल्या सेवांच्या मोबदल्यात त्यांना अन्य नागरिकांकडून मिळावा.

अशा अवस्थेतच शासकवर्ग आपल्या राज्याचे कल्याण करू शकतील. त्यांची स्वत:ची संपत्ती, कुटुंब असले की त्यांना हे करणे जमणार नाही; कारण तसे झाल्यास ते फक्त आपलेच हित पाहतील, स्वार्थासाठी ते नागरिकांवर न्याय, अत्याचार करतील ते लोकांचा आणि लोक त्यांच्या द्वेष करू लागतील.

१० । पाश्चिमात्य राजकीय विचारवंत

प्लेटोच्या संपत्तीच्या साम्यवादाची वैशिष्ट्ये खालीलप्रमाणे

१) संपूर्ण समाजाचे कल्याण हा या साम्यवादाचा हेतू असला तरी हा साम्यवाद फक्त शासकवर्गापुरताच मर्यादित आहे. संपूर्ण समाजासाठी तो नाही.

२) शासकवर्ग संपत्ती व स्त्री यांच्या मोहाला बळी पडून कर्तव्यच्युत होऊ नये हा त्या साम्यवादाचा हेतू आहे.

३) प्लेटोच्या साम्यवादाचा हेतू तत्कालीन राजकारणातील भ्रष्टाचार व चैनबाजीचे दोष दूर करणे एवढ्या पुरताच मर्यादित होता. म्हणजे तो राजकीय हेतू होता आर्थिक नव्हता.

विद्यमान साम्यवाद व प्लेटोचा साम्यवाद

अ) साम्य

१) व्यक्तीच्या तुलनेत राज्यसंस्थेला सर्वश्रेष्ठ ठरवले म्हणजेच व्यक्तीपेक्षा राज्यसंस्था महत्त्वाची आहे.

२) व्यक्तिवादी अनिर्बंध स्पर्धेवर बंधने घालणे.

३) न्यायपूर्व समाजाची निर्मिती करणे.

४) व्यक्तीचे हित सामाजिक हिताशी एकरूप मानणे.

अशा काही बाबतीत प्लेटोच्या साम्यवादाचे साधर्म्य आजच्या साम्यवादाशी दिसते. आजचा साम्यवाद खाजगी मालमत्तेचे संपूर्ण उच्चाटन करू पाहतो; तर प्लेटोचा साम्यवाद केवळ शासक वर्गापुरते का होईना तेच ध्येय ठेवतो असेही म्हणता येईल. पण एवढ्यावरून प्लेटोच्या साम्यवादाला आजच्या साम्यवादाचे उगमस्थान समजणे चूक ठरले कारण अनेक मूलभूत मुद्यांवर त्या दोहोंमध्ये फरक आहे.

फरक

१) प्लेटोचा साम्यवाद राजकीय स्वरूपाचा आहे तर आजचा साम्यवाद आर्थिक स्वरूपाचा आहे.

२) प्लेटोचा साम्यवाद शासक वर्गापुरता मर्यादित तर आधुनिक साम्यवाद संपूर्ण समजासाठी आहे.

३) संपत्तीला व कुटुंबाला शासकवर्गाच्या कर्तव्यपालनाच्या मार्गातील अडथळा समजून बाजूला ठेवू पाहणारा प्लेटोचा साम्यवाद नकारात्मक स्वरूपाचा आहे. आधुनिक साम्यवाद संपत्तीचा विचार अशा दृष्टीने न करता तिचे समाजात पुनर्वाटप व्हावे अशा भावात्मक दृष्टीने करतो.

४) आधुनिक साम्यवाद व प्लेटोचा साम्यवाद या दोहोंचा हेतू जरी न्यायपूर्ण समाजाची निर्मिती करणे हाच असला तरी त्या समाजाचा त्यांना अभिप्रेत

असलेल्या रूपरेषा मात्र अगदीच भिन्न आहेत. 'श्रमाचे योग्य मूल्य देणारा शोषणमुक्त समाज' ही 'आधुनिक साम्यवादी न्यायपूर्ण समाजाविषयीची भूमिका' प्रत्येकाला आपापले 'कार्य करता येईल असा समाज' या प्लेटोच्या भूमिकेपेक्षा वेगळी आहे.

५) उत्पादन साधनांची मालकी हा आधुनिक साम्यवादाचा सर्वांत महत्त्वाचा मुद्दा आहे; तर प्लेटोच्या संपूर्ण विचारात कुठेही उत्पादन साधनांवर सामाजिक मालकी असावी असा उल्लेख आढळत नाही. प्लेटोच्या रिपब्लीक ग्रंथामध्ये समाजवाद वा साम्यवाद हे शब्द वारंवार येत असले तरी त्यामध्ये आजच्या साम्यवादाचा आशय आढळत नाही.

२) पत्नींचा साम्यवाद (कुटुंबाचा साम्यवाद)

प्लेटोने संपत्तीच्या साम्यवादाप्रमाणे पत्नीचाही साम्यवाद सांगितला आहे. पालकवर्गातील स्त्री किंवा पुरुष कोणालाही स्वतःचे असे कुटुंब स्थापन करता येणार नाही, म्हणजे या वर्गाचे कोणीही स्त्री-पुरुष व्यक्तिगत पातळीवर एकत्र राहू शकणार नाहीत.

"स्त्रिया सर्वांच्या सामाईक स्वरूपात पत्नी असतील. त्यांची अपत्येही सामाईकरीत्या सर्वांची असतील आणि आई-वडिलांना आपल्या अपत्यांची अथवा अपत्यांना त्यांच्या जन्मदात्यांची ओळख असणार नाही" कुटुंबाचा हक्क शासकवर्गाला नाकारणाऱ्या या साम्यवादाचे समर्थन करताना प्लेटो म्हणतो की स्वतःचे कुटुंब व्यक्तीला स्वार्थी, संकुचित व आत्मकेंद्री करते. शासकवर्गाने स्वतःला संकुचित चार भिंतीच्या संसाराऐवजी राज्यव्यापी कुटुंबाचे सभासद समजणे सर्वच दृष्टींनी योग्य ठरते. कौटुंबिक स्वार्थासाठी ते कर्तव्यापासून बाजूला जावू शकतात, याउलट ते जर खाजगी कुटूंब मुक्त झाले तर परस्परांशी अधिक जवळीक साधू शकतात.

१) पत्नींच्या साम्यवादाचा सर्वांत जास्त फायदा होणार आहे असे प्लेटो मानतो. स्त्रियाच आपल्या चूल-मूल चौकटीतून बाहेर पडून राज्यकारभारातल्या आपल्या जबाबदाऱ्या उचलू शकतील. प्लेटो शासकवर्गात स्त्रिया व पुरुष यांना बरोबरीचे स्थान देतो. स्त्री व पुरुष यांच्या पात्रतांमध्ये व क्षमतांमध्ये त्याला कोणत्याच प्रकारचे भेद दिसत नाही.

२) सुप्रजनन शास्त्राच्या नियमाप्रमाणे सुदृढ, गुणवान आणि शक्तिशाली नर-मादीच्या संयोगातून अधिक चांगली संतती मिळवण्याचे प्राण्यांबाबत यशस्वी झालेले प्रयोग या साम्यवादाच्या द्वारे स्त्री-पुरुषांनाही करता येतील. श्रेष्ठ पुरुष व श्रेष्ठ स्त्रिया सर्वोत्तम संततीला जन्म देतील. यातून चांगल्या संतती निर्माण होतील. राज्याचे ऐक्य मजबूत होईल. प्लेटोच्या संपत्तीच्या साम्यवादापेक्षाही त्याच्या कुटुंबविषयक साम्यवादावर जास्त टीका झालेली आहे.

साम्यवाद या संकल्पनेचे टिकात्मक मूल्यमापन

प्लेटोच्या राजकीय विचारात त्यांच्या साम्यवाद विषयक विचारांवर जास्त टीका झाली आहे. प्लेटोच्या - संपत्तीविषयक साम्यवादासंबंधी ॲरिस्टॉटलने घेतलेले आक्षेप खालीलप्रमाणे स्पष्ट करता येतात.

१) खाजगी मालकी हक्कातून संघर्ष वाढतात हे खरे असले तरी सामूहिक मालकीतून ते कमी होण्याची मुळीच शक्यता नाही.

२) खाजगी संपत्ती असणे मानवी स्वभावाची गरज असते. ती मिळवणे, टिकवणे व वाढवणे यात माणसाला आनंद वाटतो.

३) अतिथ्य, दानधर्म, परोपकार, भूतदया हे सारे काही खाजगी संपत्ती जवळ असल्यावरच शक्य होते.

४) शतकानुशतके जीवनाच्या प्रत्यक्ष अनुभव या साम्यवादाशी विसंगत आहे.

५) संपत्तीच्या सामूहिक मालकीतून एकजुटीची हमी मुळीच मिळत नाही.

६) समाजातल्या फक्त काही लोकांनाच हा सिद्धान्त लागू केल्यास समाज दोन गटात विभागला जाण्याची शक्यता जास्त आहे.

प्लेटोच्या कुटुंबाच्या साम्यवादावरील आक्षेप खालीलप्रमाणे आहेत

१) पत्नींच्या साम्यवादातून राज्याची एकजूट बळकट होईल ही प्लेटोची समजूत चुकीची आहे बहुविधता हा राज्यसंस्थेचा स्वभावधर्म आहे. एकजुटीच्या नावाखाली राज्याचे रूपांतर कुटुंबात करू पाहणे म्हणजे राज्य नष्ट करणेच ठरेल.

२) राज्य म्हणजे केवळ ठोकळेबाज माणसांचा समुदाय नसतो, तर त्यातील प्रत्येक माणसाचे काही वैशिष्ट असते आणि प्रत्येकजण आपापले योगदान समाजजीवनात करतो. ऐक्याच्या नावाने सगळ्यांना एकाच मापाने मोजण्याची चूक प्लेटोने केली आहे.

३) सर्वांच्या मालकीची वस्तू प्रत्यक्षात कोणाच्याच मालकीची नसते; म्हणजे तिची कोणीच काळजी घेत नाही. प्लेटो प्रणित कुटुंबाची हीच अवस्था होईल.

४) चेहऱ्याच्या आधारे कोण कोणाचे अपत्य हे लक्षात येते. त्यामुळे 'सर्वांची सगळी मुले' प्रत्यक्षात येणे अशक्य आहे.

५) जवळचे आप्त व सगोप्त असलेल्या स्त्री-पुरुषांच्या शरीर संबंधातून विकृत व सव्यंग संतती होण्याचीच शक्यता वाढते.

६) या व्यवस्थेचे पर्यवसान भांडण, तंटे, हल्ले, हेवेदावे यात होणे अटळ आहे.

७) पशुजीवनातील दृष्टांत मानवी जीवनासाठी गैरलागू आहेत केवळ नरमादी असा स्त्री-पुरुषांचा विचार करणे योग्य नव्हे.

८) श्रेष्ठ स्त्रिया व श्रेष्ठ पुरुष यांच्या समागमांची योजना म्हणजे केवळ कल्पनाविलास आहे.

९) कुटुंब संस्थेतून सेवाभाव, प्रेम, वात्सल्य, सहकार्यभावना, स्वार्थत्याग, संयम, सदाचरण व परोपकार यासारख्या सद्‌गुणांचेही संस्कार व्यक्तीवर घडतात. याकडे प्लेटोने दुर्लक्ष केले आहे. शासक वर्गाला एका उत्कट आनंदापासून तो वंचित ठेवू पहातो इ.

प्लेटोच्या साम्यवादविषयक सिद्धान्तावर टीका होत असल्या तरी प्लेटोच्या एकूण विचारांच्या संदर्भात समजून घेणे अधिक उपयुक्त ठरेल. भा. ल. भोळे या विचारवंताने सुचवल्याप्रमाणे या सिद्धान्ताचे चार मथितार्थ आहेत.

१) ही पत्नींचा साम्यवाद नसून कुटुंबाची सामुदायिता आहे; म्हणजे असे की, यात फक्त बायकाच सामाईक असतील असे नाही तर नवरे, मुले-मुली ही सुद्धा सामाईक असतील.

२) साम्यवाद फक्त वापराच्या संदर्भात आहे, मालकीच्या नव्हे, तिथे व्यक्तिगत मालकी नाही तशीच सामुदायिकही मालकी नाही.

३) तिथे शिक्षणातही साम्यवाद आहे. शिक्षण हा साम्यवादाचा भाग आहे.

४) प्लेटोचा साम्यवाद हा कार्यात्मक साम्यवाद आहे. शासकवर्गातील स्त्री-पुरुष कार्यात्मकदृष्ट्या समाज असून आपापली कामे त्यांनी सारखीच पार पाडणे अभिप्रेत आहे.

सारांश

प्लेटोने मांडलेल्या साम्यवादविषयक विचारांवर टीका होत असल्या तरीसुद्धा अनेक सार्वत्रिक बाबी यामध्ये आढळतात. साम्यवादी विचार मांडणारा प्लेटो हा पहिला विचारवंत ठरतो. आदर्श राज्य अस्तित्त्वात येण्यासाठी तत्त्वज्ञ राजाची गरज आहे. परंतु शासकवर्गाला संपत्ती व कुटूंबाचा अधिकार दिला नाही तर ते नि:स्वार्थीपणे जनतेचे कल्याण करू शकतात. अशा प्रकारे प्लेटोचे साम्यवादविषयक विचार सांगता येतात.

क) प्लेटोचे न्यायविषयक विचार

प्रस्तावना

प्लेटो या राजकीय विचारवंताने त्याच्या राजकीय विचारांमध्ये न्याय या तत्त्वाला महत्त्वाचे स्थान दिलेले आहे. प्लेटोने जो प्रसिद्ध रिपब्लिक नावाचा ग्रंथ लिहिला तो ग्रंथ

'Concerning Justice' या नावे ओळखला जातो. प्लेटोने जी आदर्श राज्याची संकल्पना मांडली तिचा पायाच न्याय होता. म्हणजे प्लेटोच्या आदर्श राज्यामध्ये न्यायाला महत्त्वाचे स्थान होते. किंबहुना न्यायाशिवाय तो आदर्श राजाची कल्पना करू शकत नाही.

न्यायाचश्र सिद्धान्त

प्लेटोच्या मते न्याय म्हणजे आत्म्याचा गुण होय. प्लेटोने न्याय कल्पना नैतिकतेतून मांडली आहे. तत्कालीन समाजामध्ये असलेले राजकीय, सामाजिक, आर्थिक, नैतिक दोष नाहीसे करण्यासाठी त्याने हा विचार मांडला आहे. तत्कालीन काळात अज्ञान व राजकीय स्वार्थ मोठ्या प्रमाणात होता. त्यामुळे समाज गरीब व श्रीमंत यांमध्ये विभागला होता. याकरीता राज्यसत्तेपासून आर्थिक सत्ता दूर केल्याशिवाय हा संघर्ष मिटणार नाही असा विचार मांडला. प्रस्थापित न्यायविषयक सिद्धान्ताची त्याने चिकित्सा केली. प्लेटोने समाजात अस्तित्वात असणारे न्याय विषयक सिद्धान्त खोडून काढले व नवीन विचार मांडले ते पुढीलप्रमाणे -

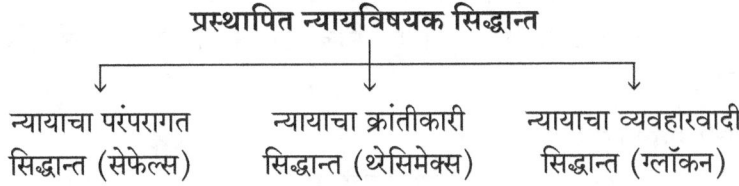

प्रस्थापित न्यायविषयक सिद्धान्त

| न्यायाचा परंपरागत सिद्धान्त (सेफेल्स) | न्यायाचा क्रांतीकारी सिद्धान्त (थ्रेसिमेक्स) | न्यायाचा व्यवहारवादी सिद्धान्त (ग्लॉकन) |

१) न्यायाचा परंपरागत सिद्धान्त :

न्यायाचा परंपरागत सिद्धान्त सेफेल्स व पॉलिमार्क्स यांनी मांडला. त्यांनी न्यायाचे महत्त्व पटवून दिले आहे. ते म्हणतात, खरे बोलणे म्हणजे न्याय होय. तसेच भाषणामध्ये सत्यता असणे, (बोलण्यामध्ये) कामात एकता असणे ईश्वराचे व मनुष्याचे ऋण फेडणे हाच खरा न्याय आहे. मित्रांशी चांगला व्यवहार करणे व शत्रूंशी अयोग्य वर्तन करणे होय. प्लेटोने ही न्यायाची संकल्पना चुकीची आहे असे म्हटले आहे. तो तर्कशास्त्राच्या आधारे पटवून देताना दिसून येतो; हा न्याय भाबडा आहे. हा गैरलागू सिद्धान्त आहे.

२) न्यायाचा क्रांतिकारी सिद्धान्त :

हा सिद्धान्त परंपरागत सिद्धान्तापासून वेगळा आहे. थ्रेसिमेक्स याने हा सिद्धान्त मांडला. प्लेटोला हा सिद्धान्त मान्य नाही. यामध्ये एक प्रश्न निर्माण होताना दिसून येतो तो म्हणजे, न्याय म्हणजे काय? शक्तिशाली व्यक्तीची इच्छा म्हणजे न्याय होय असे त्याचे उत्तर आहे. ही शक्तिशाली व्यक्ती स्वत: न्याय करणार. अर्थात बलवान लोकांचे हित म्हणजेच न्याय होय, अशी कल्पना मांडली आहे. शक्तिशाली लोक हेच बलवान

लोक समाजामध्ये योग्य न्याय करू शकतात असा विचार मांडला गेला आहे. त्यांचे निर्णय म्हणजेच न्याय होय ते योग्य असो वा अयोग्य ! हा न्यायाचा सिद्धान्त आत्मकेंद्रित आहे व्यक्तिवादी आहे. शासनाची प्रत्येक आज्ञा ही न्याय असू शकत नाही. शासनाची आज्ञा ही चुकीची असू शकते.

३) न्यायाचा व्यवहारवादी सिद्धान्त :

दोन्ही सिद्धान्तांना प्रतिकार म्हणून ग्लॉकन हा सिद्धान्त मांडतो. या सिद्धान्तामधून 'सामाजिक करार' सिद्धान्ताचे दर्शन होते. समाजातील सर्व लोकांनी एकत्र येऊन करार केला, त्यानंतर दुबळ्या लोकांवरती बलवान लोक अन्याय करतात म्हणून करार केला. यातूनच पुढे न्याय म्हणजे भीती अशी विचार प्रणाली तयार झाली. याला उत्तर म्हणून प्लेटो म्हणतो की, न्याय हा भीतीतून निर्माण होत नाही. प्लेटो व्यक्तीच्या मनाचा विचार मांडतो. न्याय हा आत्म्याचा गुण आहे असे प्लेटो मानतो.

न्याय म्हणजे काय ? न्याय कशातून निर्माण होते ? कोण देणार ? प्रश्नांना उत्तर प्लेटो असे देतो की, न्याय राज्यसंस्था देणार, न्याय आत्म्याचा गुण आहे. या विचारांमुळे प्लेटोने वरील तीनही प्रचलित न्यायविषयक सिद्धान्त नाकारले व स्वतःचा न्यायसिद्धान्त मांडला.

प्लेटोची न्याय कल्पना

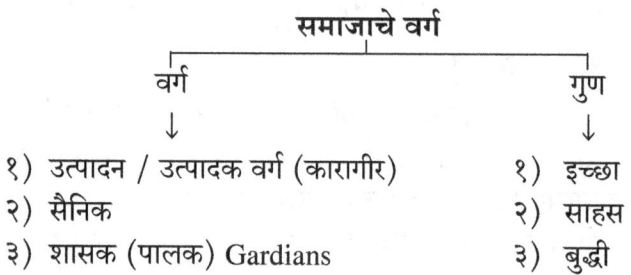

समाजाचे वर्ग

वर्ग ↓	गुण ↓
१) उत्पादन / उत्पादक वर्ग (कारागीर)	१) इच्छा
२) सैनिक	२) साहस
३) शासक (पालक) Gardians	३) बुद्धी

प्लेटोने ही कल्पना पायथागोरसपासून घेतलेली दिसते. प्लेटो ज्ञान, साहस व संयम हे गुण असणाऱ्या व्यक्तिस आदर्श स्थान देतो. जे दृश्य आहे ते फसवे आहे असे तो मानतो. म्हणजेच अस्तित्वात काय आहे यापेक्षा ते कसे असावयास हवे, याचा विचार तो करतो. वास्तविकता पाहण्यासाठी खोलात जावे लागते असे तो म्हणतो. त्याने भूमिती स्वरूपाचे तर्कशुद्ध विचार मांडले आहेत.

१) उत्पादक / कारागीर :

कारागीर वर्ग हा इच्छेवर आधारित आहे. हे लोक नवनिर्मितीचे काम करताना दिसतात. आपल्या व्यवसायानुसार ते काम करतात. यांच्यात श्रमविभागणी केल्याने

समाजात कलह निर्माण होणार नाहीत. त्यांच्यात सहकार्याची, आपुलकीची भावना निर्माण होईल व समाज एकसंघ होईल. थोडक्यात प्लेटोने श्रमविभागणी तत्त्वानुसार समाज तयार केला आहे.

उदा. विणकर, शेतकरी, स्वयंपाक, संगीतकार, कवी, दुकानदार, सोनार, लोहार, सुतार इत्यादी (हा शेषित वर्ग आहे).

२) सैनिक :

प्लेटो या वर्गास दुसऱ्या क्रमांकाचे स्थान देतो. आदर्श राज्याच्या संरक्षणाची जबाबदारी तो या वर्गाकडे देतो मात्र तो त्यांना खाजगी जीवन देत नाही. समाजात स्थैर्य निर्माण करण्यात हा घटक महत्त्वाचा आहे असे तो म्हणतो. हा वर्ग अत्यंत मोठा आहे. त्याची व्याप्ती मोठी आहे. परंतु कारागीर वर्गाच्या तुलनेत सैनिक वर्ग छोटा आहे.

३) शासक किंवा पालक (Guardians) :

प्लेटोने या वर्गाला सर्वश्रेष्ठ स्थान दिले आहे. 'आत्म्याचा आवाज म्हणजे न्याय' या तत्त्वानुसार हा वर्ग कार्य करेल. समाजात हा वर्ग बुद्धीप्रमाणे कामे करील. स्वत:च्या हिताकडे लक्ष न देता समाजाकडे जास्तीत जास्त लक्ष देईल. प्रजा सुखी तरच राजा सुखी अशाप्रकारे प्लेटो राज्याची सुत्रे तत्त्वज्ञवर्गाच्या हाती सोपवितो. हा वर्ग सैनिक व कारागीर वर्गाच्या तुलनेत छोटा आहे.

टीका

१) प्लेटोने मांडलेले विचार अयोग्य वाटतात; कारण समाजात असे वर्ग निर्माण करून चालणार नाहीत.

२) कामगार व कष्टकरी वर्गांतून एखादा तत्त्वज्ञ निर्माण होऊ शकतो.

३) शासक वर्ग व सैनिक वर्ग यांना कुटुंबापासून व संपत्तीपासून तो अलिप्त ठेवतो. त्यामुळे तो समाजातील या सुखांपासून त्यांना अलिप्त ठेवतो.

४) भिन्न वर्ग निर्माण झाल्याने संघर्ष होईल तो मिटवण्याचे उपाय त्याने सांगितलेले नाहीत. व्यक्तीला इच्छा-आकांक्षा असतात हे तो विसरला आहे.

५) प्लेटोने स्त्रियांचा, गुलामांचा विचार केलेला नाही. त्याने त्यांना समाजामध्ये साधन मानले आहे. त्याने स्त्रियांना व गुलामांना अधिकार दिलेले नाहीत.

६) प्लेटोने मांडलेली ही कल्पना व्यवहारात आणणे अशक्य वाटते. हे राज्य पितृसत्ताक पद्धतीचे आहे. त्याची न्याय कल्पना आधुनिक कल्पनेशी विसंगत वाटते. त्याच्या न्यायपद्धतीत उणिवा आढळून येतात.

सारांश

प्लेटोने न्याय म्हणजे आत्म्याचा गुण असे म्हटले. यादृष्टीने तो न्याय संकल्पनेकडे पाहत असल्याने त्याने अस्तित्वात असलेले परंपरावादी, क्रांतिकारी व व्यवहारवादी न्याय सिद्धान्त नाकारले. प्रत्येक व्यक्तीमधील भावनांच्या आधारे त्याने वर्ग सांगितले. कोणताही वर्ग दुसऱ्या कोणत्याही वर्गाच्या कामामध्ये हस्तक्षेप करणार नाही. त्यामुळे राज्यामध्ये न्याय प्रस्थापित होईल. थोडक्यात प्रत्येकाने आपल्या गुणवत्तेनुसार कार्य करणे व दुसऱ्याच्या कार्यात हस्तक्षेप न करणे त्यास प्लेटो न्याय म्हणतो. न्याय हा राज्याचा आत्मा आहे. त्यामुळे आदर्श राज्याचा तो पाया आहे. राज्य हे व्यक्तीचेच विस्तृत रूप असल्याने व्यक्तिगत व सामाजिक न्याय असा तो फरक करत नाही. अशा प्रकारे प्लेटोचे न्याय विषयक विचार सांगता येतात.

प्रश्न

१) प्लेटोने वर्णन केलेली आदर्श राज्याची संकल्पना स्पष्ट करा.

२) प्लेटोची तत्त्वज्ञ राजा ही संकल्पना सांगा.

३) प्लेटोचे शिक्षणाबाबतचे विचार सांगून त्याचे मूल्यमापन करा.

४) प्लेटोची न्याय संकल्पना सटिक स्पष्ट करा.

५) प्लेटोच्या साम्यवादाचे स्वरूप स्पष्ट करा.

प्रकरण २

ॲरिस्टॉटल
(Aristotle)

अ) राज्याबाबतचे विचार (Views on state)
ब) संपत्ती व गुलामगिरीबाबतचे विचार (Views on property views on slavery)
क) क्रांतीबाबतचे विचार (Views on Revoluction)

अल्प परिचय

जन्म : इ. स. पूर्व ३८४, मृत्यू : इ. स. पूर्व ३२२

ॲरिस्टॉटलचा जन्म ग्रीसमध्ये झाला होता. त्याचे वडिल निर्कोमाक्स हे मॅसिडोनचे राजवैद्य होते. ॲरिस्टॉटल अथेन्समध्ये आला व प्लेटोच्या अकादमीमध्ये शिक्षण घेऊ लागला; नंतर तो मॅसिडोनचा राजपुत्र व जगज्जेत्या सिकंदरचा शिक्षक बनला. त्याने 'लायसिअम' नावाची अथेन्समध्ये शाळा काढली होती. त्याद्वारे त्याने ज्ञानाच्या क्षेत्रात संशोधन केले. सिकंदरच्या मृत्यूनंतर ॲरिस्टॉटलने तो भूप्रदेश सोडून दुसरीकडे राहण्यास गेला. ॲरिस्टॉटलने राज्यशास्त्राबरोबरच नीतिशास्त्र, धर्मशास्त्र, तर्कशास्त्र, मानसशास्त्र, यासारख्या विषयांवर लेखन केले. पॉलिटिक्स आणि राज्यघटना (The Constitution) हे त्याचे दोन महत्त्वपूर्ण ग्रंथ आहेत. त्याने जगातील १५८ राज्यघटनांचा अभ्यास केला. वैज्ञानिक, विश्लेषणात्मक, तुलनात्मक अभ्यासपद्धतींचा वापर केला. तसेच वास्तववादी दृष्टिकोनाचा स्वीकार केला.ॲरिस्टॉटलवर प्लेटोचा प्रभाव असला तरी प्लेटोपेक्षा व्यवहारवादी व वास्तववादी विचार ॲरिस्टॉटलने मांडले.

प्रस्तावना -

राज्यशास्त्राला शास्त्रीय स्वरूप देण्याची आणि सर्व शास्त्रात राज्यशास्त्राला श्रेष्ठ स्थान मिळवून देण्याचे कार्य ॲरिस्टॉटलने केले. त्यामुळे ॲरिस्टॉटलला राज्यशास्त्राचा जनक असे म्हणतात. प्लेटोने राज्यशास्त्र हे नीतिशास्त्राचे अंग बनविले होते; तर ॲरिस्टॉटलने राज्यशास्त्राला शास्त्र म्हणून स्वतंत्र दर्जा दिला.

ॲरिस्टॉटलच्या विचारांवर पडलेला प्रभाव

१) तत्कालीन परिस्थिती - प्लेटोप्रमाणे ॲरिस्टॉटलवर अथेन्सच्या नगरराज्यातील परिस्थितीचा प्रभाव पडलेला होता. ॲरिस्टॉटलच्या लिखाणाचा मुख्य उद्देश अथेन्स मधील वाईट गोष्टी दूर करून 'आदर्श राज्य' स्थापन करण्याचा होता.

२) कुलीन कौटुंबिक वातावरण - ॲरिस्टॉटलवर त्याच्या कुलीन कौटुंबिक वातावरणाचा प्रभाव आढळून येतो. ॲरिस्टॉटलचे वडील राजवैद्य होते. याच कारणाने त्याच्या लिखाणात शास्त्रीय दृष्टिकोन आढळतो. त्याचे वडील गुलामांचे मालक होते; म्हणून ॲरिस्टॉटलने गुलामगिरीचा पुरस्कार केला होता. त्याच कुटुंबात झालेल्या सांस्कृतिक संस्कारांमुळे तो कोठेही अतिरेकी झालेला दिसत नाही. त्याला विभिन्नतेतही एकता हवी होती.

३) प्लेटोचा प्रभाव - ॲरिस्टॉटलवर सर्वांत जास्त प्रभाव त्याचे गुरू प्लेटो यांचा पडलेला दिसतो; जरी ॲरिस्टॉटलने प्लेटोचे अनुकरण केले नसले, व वेळ पडल्यावर त्याने त्याच्यावर टीका केली असली तरी प्लेटो आणि ॲरिस्टॉटल यांच्या विचारात साम्य आढळते.

४) वस्तुस्थितीचा प्रभाव - ॲरिस्टॉटलचे विचार काल्पनिक नाहीत तर ते वास्तवावर आधारित आहेत. याचे मुख्य कारण म्हणजे त्याने इतर नगरराज्यांचा प्रवास करून तेथील परिस्थिती प्रत्यक्षात पाहिली होती. तसेच त्याने एकूण १५८ राज्यघटनांचा अभ्यास करून आपले निष्कर्ष काढले होते. अशा रीतीने, प्रवास, पाहणी आणि अभ्यास यांचा ॲरिस्टॉटलच्या विचारांवर प्रभाव दिसतो.

५) शिक्षणाचा प्रभाव - स्वत: ॲरिस्टॉटलने लायसिअम या विद्यालयाची स्थापना करून १२ वर्षे ते विद्यालय चालविले त्या वेळी तो अथेन्स मधील तसेच ग्रीक नगरराज्यांतील नामवंत विचारवंत म्हणून प्रसिद्ध होता.

६) ॲरिस्टॉटलची लिखाणपद्धती - ॲरिस्टॉटलची लिखाणपद्धत शास्त्रीय, ऐतिहासिक, विश्लेषणात्मक आणि विगमनात्मक आहे. त्याने काही घटनांचा अभ्यास करून त्यावर निष्कर्ष काढले. ऐतिहासिक घटनांचे विश्लेषण आणि विवेचन करून नंतर त्याने प्रत्येक निष्कर्ष काढले आहेत. आदर्श राज्य आणि राज्याचे वर्गीकरण त्याने १५८ राज्यांच्या संविधानांचा अभ्यास केल्यानंतर केला आहे. वास्तविक हा त्याच्या लिखाणाचा गुण आहे. कल्पनाशक्ती आणि अलंकारिक भाषेचा वापर त्याच्या लिखाणात आढळत नाही.

ॲरिस्टॉटलची ग्रंथरचना

ॲरिस्टॉटल हा एक चालताबोलता ज्ञानकोश होता. तो अतिशय प्रतिभासंपन्न होता. त्यामुळे त्याचे वर्णन 'जाणकारांचा गुरुवर्य' असे केले जाते. त्याने लिहिलेल्या ग्रंथांची संख्या ४०० हून अधिक असल्याचा उल्लेख आढळतो. राज्यशास्त्र, नीतिशास्त्र, अध्यात्मशास्त्र, काव्यशास्त्र, कला, अर्थशास्त्र, वैदकशास्त्र, यंत्रशास्त्र, पदार्थ विज्ञान, शरीरविज्ञान, तर्कशास्त्र, ज्योतिषशास्त्र यांसारख्या अनेक विषयांवर त्याने ग्रंथरचना केली. त्यांपैकी त्याचे दोन ग्रंथ महत्त्वाचे मानले जातात- १) द पॉलिटिक्स (The Politics) २) द कॉन्स्टिट्यूशन (The Constitution). आपणास त्याचे राजकीय विचार समजून घेण्यासाठी प्रामुख्याने 'द पॉलिटिक्स' या ग्रंथाचा उपयोग होतो.

द पॉलिटिक्स (The Politics)

ॲरिस्टॉटलचा 'द पॉलिटिक्स' हा ग्रंथ म्हणजे राज्यशास्त्राला दिलेली महत्त्वाची देणगी होय. राज्यशास्त्राला शास्त्रीय स्वरूप देण्याचे कार्य ॲरिस्टॉटलने या ग्रंथात केले आहे. प्लेटोपर्यंत राजकारण आणि नैतिकता यात फरक केला जात नसे; परंतु ॲरिस्टॉटलने राज्यशास्त्र हे नैतिकशास्त्रापेक्षा अलग आणि श्रेष्ठ शास्त्र आहे असे पॉलिटिक्स या ग्रंथात म्हटले आहे. या ग्रंथाचे आठ भाग आहेत. त्याचे वर्गीकरण पुढीलप्रमाणे -

१) पहिल्या भागात राज्यसंस्था निर्माण करणाऱ्या कुटुंबसंस्थेचे त्याचप्रमाणे राज्यसंस्थेचे स्वरूप, वैशिष्ट्ये, उद्देश, कार्ये यांचेही विवेचन केलेले आहे.

२) दुसऱ्या भागात प्लेटोच्या आदर्श राज्यावरील टीका आहे.

३) तिसऱ्या भागात राज्यघटनेचे विविध प्रकार सांगितले आहेत.

४) चौथ्या भागात शासन प्रकारांचे वर्णन आहे.

५) पाचव्या भागात क्रांतीचे वर्णन सांगितले आहे.

६) सहाव्या भागात क्रांतीची कारणे व ते दूर करण्याचे उपाय सांगितले आहेत.

७) सातव्या भागात आदर्श राज्याचे वर्णन आढळते.

८) आठव्या भागात आदर्श संविधानाचे वर्णन आहे.

या ग्रंथावर प्लेटोच्या 'लॉज' या ग्रंथाचा प्रभाव आढळतो. राज्यशास्त्र हे सर्व शास्त्रांचे शास्त्र आहे. असे ॲरिस्टॉटलने या ग्रंथात प्रतिपादन केले.

अ) ॲरिस्टॉटलचे राज्यासंबंधीचे विचार

प्रस्तावना

ॲरिस्टॉटलच्या पॉलिटिक्स या ग्रंथावरून त्याचे राज्यविषयक विचार स्पष्ट करता येतात. राज्य हे ईश्वर निर्मित आहे यावर त्याने विश्वास ठेवलेला नाही. त्याचा मते राज्यसंस्था अस्तित्त्वात आली ती मानवी गरजांची पूर्तता करण्यासाठी, मानवी स्वभावाच्या विकासातच राज्यसंस्थेचा उगम सापडतो. मानवाच्या भौतिक गरजा पूर्ण करण्यासाठी तो समूहाने राहू लागला. त्यातून कुटुंबांची निर्मिती झाली. अनेक कुटुंबे गरजा भागविण्यासाठी एकत्र राहू लागली. त्यातून समाजाची निर्मिती झाली, परंतु समाज हे मानवी विकासाचा अंतिम टप्पा नाही. माणसांना स्वयंपूर्णता आवश्यक असते, त्यासाठी त्यांनी नगरराज्याची निर्मिती केली. जीवनातील गरजांची पूर्तता करण्यासाठी राज्यसंस्था निर्माण झाली. या विचाराचा मध्यवर्ती आशय 'मनुष्य स्वभावाने एक राजकीय प्राणी आहे' हा आहे.

१) राज्याचे स्वरूप आणि वैशिष्ट्ये

ॲरिस्टॉटल राज्य व समाजात फरक करत नाही. राज्याचे स्वरूप स्पष्ट करण्यासाठी त्याने पुढीलप्रमाणे वैशिष्ट्ये सांगितली आहेत -

१) राज्य स्वाभाविक किंवा नैसर्गिक संस्था - ॲरिस्टॉटलच्या मते, माणूस हा सामाजिक आणि राजकीय प्राणी आहे. तो सामाजिक प्राणी असल्यामुळे समाजात राहून एकमेकांच्या सहकार्याने आपल्या जीवनाची पूर्ती करू शकतो. राज्यसंस्था ही व्यक्तिची व्यापक अस्मिता आहे. त्याच्या मते मानवी जीवनाच्या अस्तित्त्वासाठी राज्य निर्माण झालेले असून श्रेष्ठ जीवनाच्या प्राप्तीकरिता ते सातत्याने टिकून राहणार आहे. त्याच्या मते जो कोणी राज्यात राहत नाही किंवा ज्या कोणाला त्याच्यात राहण्याची आवश्यकता वाटत नाही. असा एक तर ईश्वर असू शकेल किंवा तो पशू असेल.

२) राज्य सर्वश्रेष्ठ संस्था - ॲरिस्टॉटलने राज्याला मानवी समाजातील सर्वोच्च संस्था मानले. मानवाच्या विविध आवश्यकता पूर्ण करण्यासाठी निरनिराळे समुदाय अस्तित्त्वात आले. तसेच विविध संस्था उदयास येतात. मानवी जीवनाच्या विशिष्ट बाजूंची पूर्तता करणे एवढा समुदायाचा उद्देश असतो. हे सर्व समुदाय राज्यातच शक्य असतात; कारण राज्य सर्वश्रेष्ठ आहे.

३) व्यक्ती पेक्षा राज्य श्रेष्ठ - ॲरिस्टॉटलने व्यक्ती व राज्य यांच्यात राज्य महत्त्वाचे मानले आहे. राज्य प्रथम आणि व्यक्ती नंतर असे तो सांगतो. हे स्पष्ट करताना तो सांगतो की, व्यक्तीच्या जीवनाला राज्यामुळे पूर्णता येते. व्यक्तीच्या व्यक्तिमत्त्वाचा विकास होणे

राज्याशिवाय शक्य नसतो. संपूर्ण प्राणी आणि त्यांचा अवयव यात जो संबंध असतो तोच राज्यसंस्था आणि व्यक्ती यांच्यात असतो. त्यामुळेच राज्यसंस्था व्यक्ती आणि कुटुंब यांच्या तुलनेत श्रेष्ठ ठरते.

४) राज्य मानवी शरीरासारखे - ज्याप्रमाणे शरीराचे विविध अवयव एकसूत्रात बांधलेले असतात, म्हणून त्यांना महत्त्व असते. त्याचप्रमाणे व्यक्ती व समुदाय राज्यामुळे एकासुत्रात बांधले जातात. या ठिकाणी राज्याची तुलना मानवी शरीराशी केलेली आहे. म्हणजे राज्य सजीव व जीवत असते.

५) एकता व स्वावलंबित्व - प्लेटोने त्याच्या आदर्श राज्यात अनावश्यक एकतेवर भर दिला आहे; तर ॲरिस्टॉटलने विविधतेला महत्त्व देऊन त्यातून एकता साधण्याचा प्रयत्न केला आहे. त्यासाठी राज्याने आवश्यक तेवढ्याच बाबींवर नियंत्रण ठेवावे आणि इतर गोष्टीत नागरिकांना स्वातंत्र्य द्यावे असे ॲरिस्टॉटलला वाटते.

२) राज्याचा उद्देश आणि कार्ये

ॲरिस्टॉटलच्या मते, मानवी जीवनाच्या आवश्यकता पूर्ण करण्यासाठी राज्य निर्माण झालेले असून ते चांगले व श्रेष्ठ जीवनाच्या उपलब्धतेकरिता अस्तित्त्वात असेल. त्याच्या मते राज्याला सकारात्मक आणि नकारात्मक अशा दोन्ही पद्धतीची कार्ये करावी लागतात. मानवी अपप्रवृत्तीवर नियंत्रण ठेवणे आणि उच्च प्रवृत्तीला जोपासून त्यांचा नैतिक विकास घडवून आणणे हे राज्याचे महत्त्वाचे कार्य आहे. राज्यातील लोकांनी एकमेकांच्या अधिकारावर अतिक्रमण करू नये व परस्परांना कोणत्याही प्रकारची हानी पोहोचवू नये; असे त्याला वाटते. ॲरिस्टॉटलने मुख्यत: नागरिकांना सुखप्राप्ती करून देणे या कार्याचा उल्लेख केलेला आहे. त्याच्या मते स्वभाव, सवय आणि विवेक या तिन्ही गोष्टींना अंमलात आणण्याच्या दृष्टीने आवश्यक असलेले शिक्षण देण्याची जबाबदारी ॲरिस्टॉटल राज्यसंस्थेवर सोपवितो.

ॲरिस्टॉटलच्या राज्यासंबंधीचे विचारांचे परीक्षण

ॲरिस्टॉटलच्या राज्यविषयक विचारांवर अनेक आक्षेप घेतले जातात. ते खालीलप्रमाणे -

१) ॲरिस्टॉटलच्या मते, राज्याचा उदय निसर्गत:च झाला आहे. त्याने राज्याच्या उदयाशी संबंधित असलेले अनेक घटक लक्षात घेतले आहेत. आधुनिक काळात असे मानले जाते की, राज्य हे उत्क्रांती तत्त्वावर निर्माण झाले आहे. त्याच्या निर्मितीत शक्ती, धर्म इ. अनेक घटक आहेत. अमुक एका घटकापासून राज्याची निर्मिती झाली असे मानता येत नाही.

२) व्यक्ती, कुटुंब आणि गाव यातून राज्याची निर्मिती झाली असे ॲरिस्टॉटलचे मत आहे. परंतु त्याचा इतिहासात पुरावा सापडत नाही. मनुष्य जन्माला येण्यापूर्वी निसर्ग अस्तित्वात होता; व निसर्गात राज्याचा उगम झाला ही कल्पना चमत्कारीक वाटते.

३) ॲरिस्टॉटलने राज्याचे सेंद्रिय स्वरूप दाखविले आहे. व्यक्ती ही त्या स्वरूपातील एक घटक आहे. व्यक्तीला राज्याशिवाय स्वतंत्र अस्तित्त्व नाही. व्यक्ती ही राज्याशी एकरूप केली आहे. अशा प्रकारचा व्यक्ती विषयक विचार सदोष आहे. व्यक्तीला राज्याशिवाय स्वतंत्र अस्तित्त्व असू शकते.

३) राज्याचे वर्गीकरण

ॲरिस्टॉटलने आपल्या 'पॉलिटिक्स' या ग्रंथाच्या तिसऱ्या आणि चौथ्या भागात राज्याचे वर्गीकरण केले आहे. ॲरिस्टॉटल राज्यसंस्था आणि राज्यघटना या दोघांना समान मानतो. ॲरिस्टॉटलने संविधानाची व्याख्या केलेली आहे.

"संविधान म्हणजे अशा प्रकारची व्यवस्था की ज्याद्वारे शासनाचे निरनिराळे विभाग, त्याचे स्वरूप व त्याचे परस्परसंबंध निश्चित केलेले असतात."

ॲरिस्टॉटलने राज्याचे जे वर्गीकरण केले आहे तेच संविधानाचे वर्गीकरण आहे. राज्याचे वर्गीकरण करताना त्याने दोन तत्त्वे गृहीत धरली आहेत.

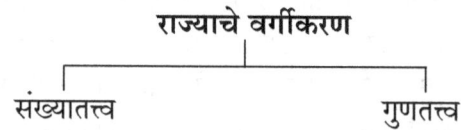

राज्याचे वर्गीकरण

संख्यातत्त्व   गुणतत्त्व

१) संख्यातत्त्व – या तत्त्वात राज्यातील सार्वभौम सत्तेचा वापर करणाऱ्या व्यक्तींची संख्या विचारांत घेतली जाते; म्हणजे सत्ता किती लोकांकडे आहे ते पाहिले जाते.

२) गुणतत्त्व – राज्यसत्ता वापरामागे सत्ताधारी व्यक्तींचा हेतू किंवा उद्‌देश कोणता आहे हे पाहिले जाते. हेतू चांगला असेल तर तो शुद्ध प्रकार आणि हेतू वाईट असेल तर तो अशुद्ध प्रकार असे तो मानतो.

राज्यांचे वर्गीकरण

शासनकर्त्यांची संख्या	शुद्ध प्रकार	अशुद्ध प्रकार
१) एक व्यक्ती	राजेशाही (राजसत्ता)	जुलूमशाही (हुकूमशाही)
२) काही व्यक्ती	महाजनशाही (महाजनसत्ता)	धनिकशाही (धनिकसत्ता)
३) अनेक व्यक्ती	घटनात्मक लोकशाही	लोकशाही जनसमूहतंत्र (झुंडशाही)

ॲरिस्टॉटलने राज्यांचे जे सहा प्रकार सांगितले आहेत त्यांची माहिती पुढीलप्रमाणे सांगता येते -

१) राजेशाही (राजसत्ता) - या प्रकारात सार्वभौम सत्ता एका व्यक्तीच्या हाती असते; आणि ती व्यक्ती म्हणजे राजा असते. सत्तेचा वापर जनतेच्या कल्याणासाठी करित असल्यामुळे राजेशाही किंवा राजसत्ता हा शुद्ध प्रकार आहे.

२) जुलूमशाही (हुकूमशाही) - या प्रकारात देखील सार्वभौम सत्ता एकाच व्यक्तीच्या हाती असते. परंतु त्या सत्तेचा वापर जनकल्याणासाठी न करता स्वतःच्या स्वार्थासाठी केला जातो. तेव्हा राजेशाहीचे रूपांतर जुलूमशाही किंवा हुकूमशाहीत होते. त्यामुळे हा अशुद्ध प्रकार आहे.

३) महाजनशाही (महाजनसत्ता) - या प्रकारात काही व्यक्तींच्या हाती सत्ता असते ते सत्तेचा वापर चांगल्या हेतूने जनकल्याणासाठी करतात. तेव्हा त्यास महाजनशाही (महाजनसत्ता) असे म्हणतात. यालाच कुलीन तंत्र असेही म्हणतात. हा शुद्ध प्रकार आहे.

४) धनिकशाही (धनिकसत्ता) - या प्रकारात काही व्यक्तींच्या हातात सत्ता असते आणि हे मूठभर लोक त्या सत्तेचा वापर स्वार्थ्यासाठी करतात त्यामुळे हा अशुद्ध प्रकार आहे.

५) घटनात्मक लोकशाही - या प्रकारात राज्याची सार्वभौम सत्ता सर्व जनतेच्या किंवा बहुसंख्य लोकांच्या हाती असते. जनता राज्यकारभारासाठी आपल्यातून प्रतिनिधी निवडते आणि वाईट प्रतिनिधींना काढूनही टाकते. या प्रकारात सत्ता चांगल्या कार्यासाठी वापरली जाते. त्यामुळे हा शुद्ध प्रकार असतो. ॲरिस्टॉटलने हा प्रकार सर्वश्रेष्ठ मानला असून सार्वभौम सत्ता मध्यमवर्गीय लोकांकडे असणारी असेही प्रतिपादन केले.

६) झुंडशाही (लोकशाही) - हा प्रकार घटनात्मक लोकशाहीचा विकृत प्रकार असल्याने त्याने झुंडशाही हा शब्द वापरला आहे. या प्रकारासाठी त्याने वापरलेला Democracy हा इंग्रजी शब्दही वाईट अर्थानेच वापरलेला आहे. बहुसंख्यांकाच्या सत्तेला वाईट वळण लावल्यानंतर हा प्रकार निर्माण होतो. त्यामुळे हा अशुद्ध प्रकार आहे.

अशाप्रकारे ॲरिस्टॉटलने तीन शुद्ध आणि तीन अशुद्ध असे राज्यांचे सहा प्रकारांत वर्गीकरण केले आहे.

राज्यक्रांतीचे गतिचक्र

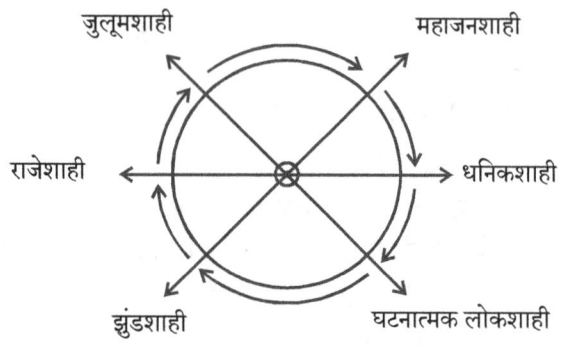

वरील सहा प्रकार पाहत असताना आपल्या लक्षात येते की, शुद्ध प्रकारातून अशुद्ध प्रकार निर्माण होतात. त्यानंतर शुद्ध प्रकार व अशुद्ध प्रकार असा परिवर्तनाचा क्रम सतत चालू असतो. यालाच ॲरिस्टॉटलने 'राज्यक्रांतीचे गतिचक्र' असे नाव दिले आहे.

ॲरिस्टॉटलच्या मते, सुरुवातीला जेव्हा राजेशाही हा प्रकार असतो तेव्हा राजा सर्वगुणसंपन्न असतो. तो विवेकानुसार जनकल्याणासाठी सार्वभौम सत्तेचा वापर करतो त्यामुळे हा शुद्ध प्रकार असतो. कालांतराने राजा भ्रष्ट बनतो किंवा त्याचे वारस वाईट निघतात; त्या वेळी राजेशाहीचे रूपांतर जुलूमशाहीत होते, हा अशुद्ध प्रकार मानला जातो. या जुलूमशाहीला कंटाळून काही बुद्धिमान लोक सत्ता आपल्या हाती घेतात आणि त्यातून महाजनशाहीची स्थापना होते. महाजनशाहीत सत्ता कल्याणासाठी वापरली जाते. त्यामुळे हा शुद्ध प्रकार असतो. मात्र कालांतराने हे लोक भ्रष्ट बनतात. त्यामुळे महाजनशाहीचे रूपांतर धनिकशाहीमध्ये होते. धनिकशाहीत सत्ता जनकल्याणासाठी न राबविता स्वार्थासाठी राबविली जाते. त्यामुळे हा अशुद्ध प्रकार असतो. जनता जेव्हा धनिकशाहीला कंटाळते तेव्हा सर्व लोक क्रांती करून सत्ता आपल्या हातात घेतात. त्यातून घटनात्मक लोकशाही निर्माण होते. या पद्धतीत सत्ता जनकल्याणासाठी राबविली जाते. त्यामुळे हा शुद्ध प्रकार बनतो. कालांतराने हा प्रकार देखील भ्रष्ट बनतो आणि

हळूहळू घटनात्मक लोकशाहीचे रूपांतर झुंडशाहीत होते. झुंडशाही हा अशुद्ध प्रकार आहे; कारण तेथे सत्ता स्वार्थासाठी राबविली जाते. झुंडशाहीला लोक कंटाळतात त्यातून पराक्रमी व्यक्ती पुढे येते. झुंडशाही विरुद्ध क्रांती करते; आणि पुन्हा राजेशाहीची स्थापना होते.

अशा पद्धतीने राजेशाही, जुलूमशाही, महाजनशाही, धनिकशाही, घटनात्मक लोकशाही, झुंडशाही व पुन्हा राजेशाही व पुन्हा जुलूमशाही या प्रमाणे राज्यक्रांती सतत होत असते. असा विचार ॲरिस्टॉटलने मांडला; या विचारालाच राज्यक्रांतीचे गतिचक्र किंवा राज्यक्रांतीचा सिद्धान्त असे म्हटले जाते.

राज्यांचे वर्गीकरण आणि राज्यक्रांतीच्या गतिचक्र विचारांवरील टीका

१) शासनाचे वर्गीकरण - टीकाकारांच्या मते, ॲरिस्टॉटलने केलेले वर्गीकरण हे राज्याचे वर्गीकरण नसून ते शासनसंस्थांचे वर्गीकरण आहे. राज्य आणि शासन यातील फरक स्पष्ट करण्याचा त्याचा प्रयत्न यशस्वी झालेला दिसत नाही. मात्र याबद्दल त्याला दोष देता येत नाही; कारण त्या काळात राज्यसंस्था, शासनसंस्था, राज्यघटना हे शब्द एकाच अर्थाने वापरले जात असत.

२) कालबाह्य वर्गीकरण - ॲरिस्टॉटलने राज्याचे वर्गीकरण करून सांगितलेले प्रकार आधुनिक काळात फारसे उपयोगी नाहीत; कारण आधुनिक काळात राज्याचे भिन्न स्वरूपाचे प्रकार निर्माण झाले आहेत. उदा. एकात्म पद्धती, संघराज्यात्मक पद्धती, संसदीय पद्धती, अध्यक्षीय पद्धती इत्यादी. त्यामुळे ॲरिस्टॉटलने केलेले वर्गीकरण आधुनिक काळात फारसे उपयोगी नाही.

३) तांत्रिक स्वरूपाचे वर्गीकरण - सत्ता किती लोकांच्या हाती आहे यावर ॲरिस्टॉटल अधिक भर देतो, असे टीकाकारांना वाटते त्यामुळे त्याचे वर्गीकरण तांत्रिक स्वरूपाचे झाले आहेत.

४) प्लेटोचा प्रभाव - ॲरिस्टॉटलने केलेल्या वर्गीकरणावर प्लेटोच्या द स्टेट्समन या ग्रंथातील वर्गीकरणाचा प्रभाव आहे. त्यात सुधारणा करून त्याने राज्यांचे वर्गीकरण सांगितले आहे.

५) गतिचक्रातील दोष - ॲरिस्टॉटलने राज्यक्रांतीचा एक विशिष्ट क्रम सांगितला आहे. प्रत्यक्षात राज्यक्रांती त्याक्रमाने होत नाही.

६) मध्यमवर्गीयांवर अधिक भर - ॲरिस्टॉटल मध्यमवर्गीयांचा पुरस्कर्ता मानला जातो. घटनात्मक लोकशाहीला त्याने सर्वश्रेष्ठ मानले आहे; कारण अशा पद्धतीत मध्यमवर्ग सत्तास्थानी असतो. त्यामुळे गुणवत्तेला संधी मिळते. ॲरिस्टॉटल वास्तववादी विचारवंत असल्याने तो घटनात्मक लोकशाही श्रेष्ठ मानतो.

१) ॲरिस्टॉटलची आदर्श राज्याची संकल्पना

ॲरिस्टॉटलने Politics या ग्रंथाच्या ७ व्या भागात आदर्श राज्याची संकल्पना मांडलेली आहे. त्याच्या या संकल्पनेवर प्लेटोने लॉज या ग्रंथात मांडलेल्या उपआदर्श राज्याच्या संकल्पनेचा प्रभाव पडलेला दिसून येतो. ॲरिस्टॉटलने राज्याची व्याख्या करताना असे म्हटले आहे की, ''राज्य हा अनेक कुटुंबाचा आणि खेड्यांचा संघ आहे. सुखी जीवन प्राप्त करून घेणे हे त्याचे ध्येय आहे.''

ॲरिस्टॉटलने मांडलेली आदर्श राज्यांची वैशिष्ट्ये पुढीलप्रमाणे स्पष्ट करता येतात-

१) आदर्श राज्यघटना - आदर्श राज्यासाठी आदर्श राज्यघटना असावी असे प्रतिपादन ॲरिस्टॉटल करतो. राज्यघटना तत्कालीन परिस्थितीला योग्य असावी. तसेच ती स्थिर व सर्व मतांचे प्रतिनिधित्व करणारी असावी.

२) मध्यम वर्गाच्या हाती सत्ता - ज्या राज्य पद्धतीमध्ये मध्यम वर्गाच्या हाती सत्ता असते. त्या राज्यपद्धतीला सर्वश्रेष्ठ राजकीय व्यवस्था मानावे असे ॲरिस्टॉटलचे मत आहे.

३) लोकसंख्या - आदर्श राज्यासाठी मर्यादित लोकसंख्या असावी असे ॲरिस्टॉटलचे मत होते. त्याच्या मते राज्य स्वयंपूर्ण होऊ शकेल एवढी मोठी लोकसंख्या असावी त्याचप्रमाणे शासनव्यवस्था योग्य रीतीने चालविता येईल एवढी लहान असावी. त्याच्या मते, आदर्श राज्याची लोकसंख्या १० हजारांपर्यंत असावयास हरकत नाही.

४) भूप्रदेश - लोकसंख्ये प्रमाणेच भूप्रेदशाचा आकारही मध्यमच असावा असे ॲरिस्टॉटल सांगतो. लोकांच्या गरजा भागतील एवढी उत्पादन क्षमता जमिनीची असावी. ॲरिस्टॉटल राज्याच्या संरक्षणासाठी राज्याच्या चारही बाजूने भक्कम संरक्षण व्यवस्था असावी असे सांगतो.

५) समाजव्यवस्था -

ॲरिस्टॉटलने समाजाची सहा वर्गात विभागणी केली होती.

१) पुरोहित २) प्रशासक ३) सैनिक

४) व्यापारी ५) शेतकरी ६) कुशल कारागीर

ॲरिस्टॉटलने या सहा वर्गांपैकी पुरोहित, प्रशासक, सैनिक, व्यापारी यांना आदर्श राज्याचे नागरिकत्व दिले आहे तर शेतकरी आणि कुशल कारागीर यांना त्याने नागरिकत्व नाकारले आहे. सामाजिक वर्गीकरण जाती किंवा वंशावर आधारित नसून कार्यावर आधारित आहे. प्रत्येक व्यक्तीला गुणानुसार कार्य करून वर्ग बदलण्याची संधी त्याने दिलेली आहे. नागरिकांनी वयोमानानुसार वेगवेगळे कार्य करावे असेही तो सुचवितो.

तारुण्य अवस्थेमध्ये सैनिकी कार्य करावे, प्रौढावस्थेमध्ये प्रशासन करावे किंवा चालवावे आणि वृद्धावस्थेमध्ये पौराहित्याचे कार्य करावे असे तो सुचवितो.

६) नागरिकांचे चारित्र्य - शासनयंत्रणा कितीही कार्यक्षम असली तरी नागरिकांच्या अंगी जोपर्यंत उत्कृष्ट राष्ट्रीय चारित्र्य असणार नाही तोपर्यंत कोणतीही राज्य व्यवस्था महान होणे शक्य नाही; असे ॲरिस्टॉटलचे मत आहे. त्याच्या मते युरोपीयन लोक चैतन्यशील असतात; तर आशियाई लोक बुद्धिमान आणि कुशल असतात. परिणामी युरोपीयन लोकांमधील उत्साह आणि आशियातील लोकांमधील विवेक यांचा सहयोग आदर्श राज्यातील नागरिकांत असावयास पाहिजे; ही त्याची भूमिका होती.

७) शिक्षणव्यवस्था - ॲरिस्टॉटलने शिक्षणावर भर दिला आहे. शिक्षणाचा उद्‌देश मानवाचा सर्वांगीण विकास करण्याचा असतो. शिक्षणाने शारीरिक, मानसिक, बौद्धिक विकास घडविता येतो. राज्यकारभार करण्याची पात्रता निर्माण होते. ज्ञान आणि चारित्र्य या दोहोंची शिक्षणात सांगड असावी लागते. शिक्षण हे राज्याच्या नियंत्रणाखाली सक्तीचे असावे यावर ॲरिस्टॉटल भर देतो. सर्व नागरिकांना समान शिक्षण दिले जावे; असेही तो सुचवितो. त्याचबरोबर लष्करी शिक्षण सक्तीचे करण्याचीही तो शिफारस करतो. शिक्षणाचे टप्पे तो पुढीलप्रमाणे सांगतो-

१) **पहिला टप्पा** - पहिला टप्पा हा ७ ते १४ वर्षे या वयोगटासाठी असावा. या टप्प्यामध्ये आरोग्य व इतर उपयुक्त विषय शिकविले जावेत.

२) **दुसरा टप्पा** - दुसरा टप्पा हा १४ ते २१ वर्षे या वयोगटासाठी असून या काळात बौद्धिक शिक्षणावर भर देण्याची तो शिफारस करतो.

३) **तिसरा टप्पा** - तिसऱ्या टप्प्यामध्ये २१ वर्षे नंतरच्या वयोगटासाठी हा टप्पा असून या काळात व्यापारी शिक्षणावर भर देण्याची तो शिफारस करतो. त्याचप्रमाणे संगीत आणि गणित या विषयांवर तो विशेष भर देतो.

८) सार्वभौम सत्ता, कायदा आणि न्याय - सार्वभौम सत्तेचा स्वार्थासाठी उपयोग होऊ नये. सार्वभौम सत्ता ही मध्यमवर्गीयांच्या हाती असावी असे त्याचे मत आहे. कायद्याचे पालन शासक आणि शासित या दोघांनी करावे. प्रत्येकाने आपले कर्तव्य योग्य प्रकारे पार पाडल्यावर न्याय निर्माण होतो; असे ॲरिस्टॉटलचे प्रतिपादन आहे.

सारांश

ॲरिस्टॉटलने राज्य ईश्वरी असते या पारंपारीक विचाराला छेद दिला व राज्यसंस्था ही मानवाने त्याच्या गरजा पूर्ण करण्यासाठी निर्माण केलेली संस्था आहे, असा महत्त्वाचा विचार मांडला. त्यामुळे राज्यसंस्था ही सर्वश्रेष्ठ संस्था ठरते. व्यक्तीच्या व्यापक

अस्मितेमधून तिचा उदय होतो त्यामुळे ती नैसर्गिक असते तसचे नागरिकांच्या गरजांची पूर्तता या एकमेव हेतूसाठी राज्यसंस्था निर्माण होते त्या दृष्टीने ती सकारात्मक व नकारात्मक स्वरूपाचे कार्य करते. राज्याची सत्ता किती लोकांच्या हाती तसेच सत्ता कोणाच्या हितासाठी राबविली जाते या निकषाच्या आधारे त्याने राज्याचे वर्गीकरण केले आहे. अशाप्रकारे ॲरिस्टॉटलचे राज्याबाबतचे विचार सांगता येतात.

ब) ॲरिस्टॉटलचे संपत्तीविषयक विचार

प्रस्तावना

ॲरिस्टॉटलने 'पॉलिटिक्स' या ग्रंथात संपत्तीविषयक विचार मांडलेले आहेत. संपत्तीशिवाय मानवी जीवन व्यर्थ आहे, असे ॲरिस्टॉटलला वाटते. ॲरिस्टॉटल संपत्तीची व्याख्या करताना म्हणतो, "ज्यामुळे आमच्या कौटुंबिक आणि राजकीय आवश्यकतांची किंवा गरजांची परिपूर्ती होते, त्यालाच आम्ही संपत्ती मानतो." ॲरिस्टॉटलने खाजगी संपत्तीचे समर्थन केलेले दिसते. त्याच्या मते जीवनाच्या गरजा भागविण्याकरिता संपत्ती आवश्यक आहे. संपत्ती हे मानवी जीवनाचे तसेच कुटुंबाचे आवश्यक अंग आहे. संपत्तीशिवाय दैनंदिन जीवन व्यतित करणे कठीण आहे. त्याच्या मते सुखी आणि समृद्ध जीवनासाठी संपत्ती आवश्यक आहे.

ॲरिस्टॉटलने खाजगी संपत्तीचे दोन प्रकार सांगितले आहे -

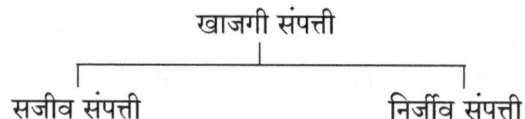

खाजगी संपत्ती

सजीव संपत्ती — निर्जीव संपत्ती

मानवाच्या आणि कुटुंबाच्या सुसंस्कृत जीवनासाठी सजीव व निर्जीव अशा दोन्ही संपत्तींची गरज आहे असे ॲरिस्टॉटलचे मत आहे. संपत्तीमुळे मानवाच्या जीवनात आनंद निर्माण होतो. संपत्तीमुळे विश्रांती व रिकामा वेळ मिळतो. त्याच्या उपयोग चांगल्या सांस्कृतिक जीवनासाठी करून घेता येतो. त्यामुळे ॲरिस्टॉटलने खाजगी संपत्तीचे समर्थन केले आहे. खाजगी संपत्तीमुळेच जास्तीत जास्त संपत्ती मिळविण्याची प्रेरणा मानवी मनामध्ये निर्माण होते. तसेच खाजगी संपत्तीमुळेच मानवाची प्रगती होते. मानवी जीवनामध्ये आनंद निर्माण करणारी एक बाब म्हणजे खाजगी संपत्ती होय असे ॲरिस्टॉटल म्हणतो. खाजगी संपत्तीचे वाईट परिणाम काय असतात, याची पूर्ण जाणीव ॲरिस्टॉटला होती, परंतु खाजगी संपत्तीतून प्रश्न किंवा समस्या निर्माण होत नाहीत तर मानवी मनातील वाईट भावनांमुळे प्रश्न निर्माण होतात. या प्रश्नांच्या सोडवणुकीसाठी मानवावर नैतिक संस्कार करणे त्याला गरजेचे वाटते व हे नैतिक संस्कार शिक्षणातूनच होऊ शकतात

यावर ॲरिस्टॉटलचा विश्वास होता. ॲरिस्टॉटल खाजगी संपत्तीचे समर्थन करताना समान उपभोग या तत्त्वाचा देखील स्वीकार करतो. ॲरिस्टॉटलच्या खाजगी संपत्तीविषयक विचारांवर प्लेटोच्या विचारांचा प्रभाव पडलेला दिसतो.

१) सजीव संपत्ती - सजीव संपत्तीमध्ये ॲरिस्टॉटलने गुलाम, पशू आणि सेवक इत्यादींचा समावेश केलेला आहे.

२) निर्जीव संपत्ती - निर्जीव संपत्तीमध्ये ॲरिस्टॉटलने घर, धन आणि शेती इ. चा समावेश केला आहे.

अशाप्रकारे ॲरिस्टॉटलने सजीव व निर्जीव संपत्तीमध्ये खाजगी संपत्तीची विभागणी केली आहे.

संपत्ती मिळविण्याचे मार्ग

ॲरिस्टॉटलच्या मते खाजगी संपत्ती मिळविण्याचे दोन मार्ग असतात -

१) नैसर्गिक मार्ग - प्रत्यक्ष श्रमाद्वारे संपत्तीचे उत्पादन करणाऱ्या पद्धतीला नैसर्गिक मार्ग म्हटले जाते. उदा. शेती करणे, पशुपालन करणे व त्यातून उत्पादन मिळविणे.

२) अनैसर्गिक मार्ग - श्रमाद्वारे मिळवलेल्या उत्पादनावर जेव्हा नफा मिळविला जातो किंवा व्याज मिळविले जाते त्या पद्धतीस ॲरिस्टॉटल अनैसर्गिक मार्ग म्हणतो.

सारांश - संपत्ती नैसर्गिक मार्गाने मिळविलेली असावी यावर ॲरिस्टॉटलचा भर आहे. तो मार्ग नैतिक आणि योग्य असल्याचे प्रतिपादन ॲरिस्टॉटल करतो. खाजगी संपत्तीचा अधिकार त्याने बहाल केलेला असला तरी त्याचा दुरुपयोग होऊ नये याची काळजी तो घेतो.

ॲरिस्टॉटलचे गुलामगिरी संबंधी विचार

प्रस्तावना

ग्रीक नगरराज्यामध्ये गुलामगिरी अस्तित्त्वात होती म्हणून ॲरिस्टॉटलने गुलामगिरीचे समर्थन केले आहे. गुलामगिरी निसर्गनियमांशी व न्याय तत्त्वांशी सुसंगत आहे. त्याच्या मते गुलामगिरी ही स्वाभाविक प्रथा आहे; कारण कुटुंबातील कामासाठी ती आवश्यक आणि उपयुक्त ठरते. त्याच्या मते मालक आणि गुलाम हे कुटुंबाचे दोन महत्त्वाचे भाग आहेत. ॲरिस्टॉटलच्या मते, जो मनुष्य नैसर्गिकरित्या स्वत:च्या बुद्धिने न चालता दुसऱ्याच्या बुद्धिने चालतो तो नैसर्गिक गुलाम असतो. त्याच्या मते आर्थिक आधारावर गुलामगिरी प्रथा निर्माण झाली. ग्रीक नगरराज्यात धनाढ्य लोकांच्या मालकीच्या जमिनी असत. या जमिनींमध्ये काम करण्यासाठी जे मजूर लागत असत, हे मजूर आर्थिक दृष्ट्या गरीब व श्रमिक असत. या मजुरांना धनाढ्य जमीनदार विकत घेऊन गुलाम बनवत असत

किंवा युद्धामध्ये बंद केलेले कैदी यांनादेखील गुलाम बनविले जात असे. गुलाम ही मालकाची व्यक्तिगत संपत्ती मानली जात असे. त्यांच्या उदरनिर्वाहाची जबाबदारी मालकावर (कुटुंबप्रमुखावर) असते.

गुलामगिरीच्या समर्थनाची कारणे

ॲरिस्टॉटलने गुलामगिरीच्या प्रथेचे समर्थन केले आहे. त्याची काही कारणे पुढीलप्रमाणे -

१) स्वाभाविक प्रथा - ॲरिस्टॉटल गुलामगिरीच्या प्रथेला स्वाभाविक मानतो; त्याच्या मते निसर्गत:च सर्व माणसे समान नसतात. काही माणसे जन्मत: बुद्धिमान असतात. तर काही बुद्धिहीन असतात. त्यामुळे निसर्ग नियमानुसार उत्कृष्ट माणसे निकृष्ट माणसांवर अधिकार गाजवित असतात. तो शासकाला मालक आणि शोषितांना गुलाम संबोधतो.

२) उत्कृष्टांचे निकृष्टांवर शासन - ॲरिस्टॉटलच्या मते, निसर्गनियमानुसारच उत्कृष्ट, निकृष्टांवर शासन करतात. काही माणसे गुलाम होण्यासाठीच जन्माला येतात तर काही माणसे शासक होण्यासाठीच जन्माला आलेली असतात. सर्वजणच शासक झाले तर राज्यकारभार कसा होणार, योग्य व न्याय राज्यकारभारासाठी शासक व शासित हा फरक करणे गरजेचे आहे. नागरिक व गुलाम यांच्यामध्ये निसर्गानेच शारीरिक भेद केलेला आहे. पुरुषाने स्त्रीवर, मालकाने गुलामावर सत्ता गाजविणे नैसर्गिक व स्वाभाविक आहे.

३) दोघांनाही उपयुक्त - गुलामगिरीची प्रथा गुलाम आणि मालक या दोघांनाही उपयुक्त असते. गुलामांना स्वतंत्र अशी बुद्धी नसल्यामुळे त्यांनी त्यांच्या कल्याणासाठी मालकाच्या आज्ञेत राहणे उचित ठरते. मालकाने गुलामांच्या विकासाला साहाय्य करावे असे ॲरिस्टॉटलचे मत आहे त्याच्या मते गुलामगिरीची प्रथा गुलाम, मालक आणि समाज यांना उपयोगी ठरते.

४) उपयुक्ततेचा आधार - ग्रीक नगरराज्यात गुलामगिरीची प्रथा होती. सामाजिक स्थैर्य, कौटुंबिक विकास व आर्थिक समृद्धी यासाठी ही प्रथा उपयुक्त ठरली. गुलामगिरी संपुष्टात आली तर सामाजिक समतोल राहणार नाही. उत्पादन कार्यात समस्या निर्माण होतील अशी भीती ॲरिस्टॉटलला वाटते; म्हणून उपयुक्ततेचा तार्किक आधार देऊन त्याने गुलामगिरीचे समर्थन केले आहे.

५) गुलामगिरीचे प्रकार - ॲरिस्टॉटल गुलामगिरीचे दोन प्रकार सांगतो -

१) नैसर्गिक गुलाम २) वैधानिक गुलाम

जे जन्मत:च निर्बुद्ध आहेत; ज्यांना स्वत:चे चांगले-वाईट देखील कळत नाही; अशांना तो नैसर्गिक गुलाम म्हणतो. दुसरा प्रयोग कायद्याने बनविलेले गुलाम हा होय. युद्धात पराभूत झालेल्यांना विजय झालेल्यांचे गुलाम बनावे लागते. ही लादलेली गुलामगिरी

असते. या प्रकारास तो 'वैधानिक गुलामगिरी' असे म्हणतो.

ग्रीक लोक युद्धात पराभूत झाले असले तरी त्यांना गुलाम करू नये; कारण ग्रीक लोक बौद्धिक दृष्ट्या मालक बनण्यास पात्र असतात. ग्रीक वंशाच्या अस्मितेला तो अनावश्यक महत्त्व देतो.

६) कुटुंबासाठी आवश्यक - ॲरिस्टॉटल कुटुंबातील कामासाठी गुलामगिरीचे समर्थन करतो. औद्योगिक उत्पादनाच्या क्षेत्रात गुलामांना कामाला लावू नये असे ॲरिस्टॉटलचे मत आहे.

अशाप्रकारे ॲरिस्टॉटलने सांगितलेल्या गुलामगिरीच्या समर्थनाची कारणे सांगता येतील.

ॲरिस्टॉटलने सांगितलेली गुलामगिरीवरील बंधने आणि सुधारणा

ॲरिस्टॉटलने गुलामगिरीचे समर्थन केले असले तरी काही बंधनेही घातलेली आहेत. त्याचप्रमाणे तो या प्रथेत सुधारणाही सूचवितो -

१) मालकाने गुलामांशी मित्राप्रमाणे व्यवहार करावा. त्यांच्या वागण्यात निर्दयीपणा असू नये; मालकाने या प्रथेचा दुरुपयोग करू नये.

२) वंशपरंपरागत गुलामगिरी ॲरिस्टॉटलला मान्य नाही. गुलामाच्या बुद्धिमान मुलांना या प्रथेतून मुक्त करावे.

३) चांगले वर्तन ठेवणाऱ्या आणि बौद्धिक कुवत असलेल्या गुलामांना या प्रथेतून मुक्त केले जावे.

४) युद्धात पराभूत झालेल्या सर्वांना गुलाम करू नये. त्याचप्रमाणे ग्रीक लोक जरी युद्धात पराभूत झाले तरी त्यांना गुलाम केले जाऊ नये.

५) मालक आणि गुलाम दोघांच्याही हिताची असणारी गुलामगिरी तो समर्थनीय मानतो.

६) गुलामगिरी नैसर्गिक गुणांवर आधारित असावी असे ॲरिस्टॉटल मानतो.

ॲरिस्टॉटलच्या गुलामगिरी विषयक विचारांवरील टीका

ॲरिस्टॉटलने गुलामगिरीच्या प्रथेचे समर्थन त्या वेळच्या परिस्थितीच्या संदर्भात केले असले तरी त्यावर टीकाकारांनी टीका केली आहे. ती पुढीलप्रमाणे -

१) अशास्त्रीय आणि अनैतिक - ॲरिस्टॉटलचे गुलामगिरीचे समर्थन अशास्त्रीय आणि अनैतिक असल्याची टीका टीकाकारांनी केली आहे. प्रत्येक व्यक्ती कमी-जास्त बुद्धीची असते. काहींच्या बुद्धीचा विकास योग्य परिस्थिती अभावी झालेला नसतो. चांगले शिक्षण मिळाल्यास अशा व्यक्तींचा बौद्धिक विकास करणे शक्य असते. याकडे

ॲरिस्टॉटलने दुर्लक्ष केले आहे. त्यामुळे त्याचे विचार अशास्त्रीय वाटतात. त्याचबरोबर माणसाचे स्वतंत्र अस्तित्त्व नाकारून बौद्धिक आधारावर त्यांना गुलाम करणे अनैतिक आहे.

२) समाजाचे कृत्रिम विभाजन - बौद्धिक पात्रतेच्या आधारावर समाजाची विभागणी मालक आणि गुलाम अशी करता येत नाही. समाजात अधिक बुद्धीचे, मध्यम बुद्धीचे आणि कमी बुद्धीचे लोक असतात. त्यामुळे त्यांचे विचार समाजाचे कृत्रिम विभाजन करणारे वाटतात.

३) ग्रीक वंशाची अस्मिता - ग्रीक लोक सुसंस्कृत असतात; आणि इतर लोक असंस्कृत असतात. हे त्याचे मत समर्थनीय ठरत नाही.

४) वैचारिक विसंगती -ॲरिस्टॉटल गुलामगिरीची प्रथा आवश्यक आणि स्वाभाविक आहे असे सांगतो. मात्र काहींना या प्रथेतून मुक्त करण्याची शिफारसही करतो, त्यामुळे त्याच्या विचारात वैचारिक विसंगती वाटते.

५) कालबाह्य कल्पना - आधुनिक युग समता आणि स्वातंत्र्याचे युग आहे. आधुनिक लोकशाहीच्या युगात त्याचे हे विचार कालबाह्य आणि निरुपयोगी वाटतात. या विचारांमुळे समाजात संघर्ष, गोंधळ आणि अराजकता निर्माण होऊ शकते.

६) विचारवंतांची मते - ॲरिस्टॉटलच्या या विचारांवर बार्कर, मॅक्सी आणि अब्राहम लिंकन या विद्वानांनी मते मांडली आहेत.

१) बार्करच्या मते, माणूस हा सर्व दृष्टीने प्रथम माणूस आहे. त्यामुळे गुलामगिरीचे समर्थन मानवतेच्या विरुद्ध आहे.
२) मॅक्सीच्या मते, गुलामगिरी हा माणुसकीला काळिमा लावणारा विचार आहे.
३) अब्राहम लिंकनच्या मते, गुलामगिरीला समानतेच्या आधारावर विरोध केला पाहिजे.

थोडक्यात ॲरिस्टॉटलने तर्क विसंगत गोष्टींना तर्कशास्त्राचा कमकुवत आधार देऊन त्यांचे समर्थन केलेले आढळते. थोर विचारवंतही आपल्या काळाचे बंदिवान असतात; असा निष्कर्ष काढावा लागतो.

सारांश

ॲरिस्टॉटल 'गुलामगिरी नैसर्गिक आहे' असे म्हणतो. शारीरिक व बौद्धिक क्षमतांच्या आधारे तो गुलाम व मालक अशी वर्गवारी करते. मालक व गुलाम दोघांनाही गुलामगिरी हिताची असते परंतु मालकाने जर आपल्या अधिकारीचा चुकीच्या मार्गाने वापर केला तर ते गुलामगिरीमध्ये बसत नाही. मालकाने गुलामाशी मैत्रीपूर्ण व्यवहार केला पाहिजे.

गुलामगिरी ही वंशपरंपरागत व कायद्याने राबवलेली असू नये तर ती फक्त गुणांवर आधारलेली असावी. युद्धामध्ये पराजित झालेल्या सर्वांना गुलाम करू नये. जे बौद्धिकदृष्टा सक्षम असतील त्यांना गुलाम करू नये. ग्रीक व्यक्ती निसर्गत:हाच बुद्धिमान असते त्यामुळे युद्धामध्ये ती पराजीत झाली. तरी तिला गुलाम करू नये. मथितार्थ असा की, गुलामगिरी केवळ गुणावर आधारित असेल तसेच मालक व गुलाम यांच्यातील व्यवहार मैत्रीपूर्ण असला पाहिजे असे ॲरिस्टॉटलने म्हटले आहे.

क) ॲरिस्टॉटलचे क्रांतीविषयक विचार

प्रस्तावना

ॲरिस्टॉटलने ग्रीक नगरराज्यातील परिवर्तनाचा बारकाईने अभ्यास केला होता. त्यामधून त्याचे क्रांतीसंबंधी विचार व्यक्त झाले. क्रांती म्हणजे आमूलाग्र परिवर्तन होय. आज आपण सुधारणा आणि क्रांती यात फरक करत असतो; सुधारणा किरकोळ असते. परंतु क्रांतीचा संबंध आमूलाग्र परिवर्तनाशी येतो. ॲरिस्टॉटलने पॉलिटिक्स या ग्रंथाच्या ५ व्या भागात क्रांतीविषयक विचार व तिचे प्रकार सांगितले आहेत; तर ६ व्या भागात क्रांतीची कारणे व दूर करण्याचे उपाय सांगितलेले आहेत.

ॲरिस्टॉटलच्या मते ''एखाद्या राज्याच्या राज्यघटनेत किंवा शासनामध्ये होणारा बदल म्हणजे क्रांती होय'' अशी क्रांती हिंसात्मक किंवा अहिंसात्मक असू शकते. त्याच्या मते केवळ शस्त्रसंघर्षाच्या आधारावर झालेले परिवर्तन म्हणजे क्रांती नव्हे तर या परिवर्तनातून नवीन न्यायव्यवस्था निर्माण होणे म्हणजे 'क्रांती' होय; म्हणून राज्यघटना किंवा शासनव्यवस्थेत होणाऱ्या बदलास तो क्रांती म्हणतो.

क्रांतीचे प्रकार

ॲरिस्टॉटलने क्रांतीचे प्रकार सांगितलेले आहेत. त्याने क्रांतीची गटवारी केलेली आहे.

१) संपूर्ण क्रांती आणि आंशिक क्रांती – जेव्हा राज्यघटनेच्या संपूर्ण स्वरूपात बदल होतो; जुनी व्यवस्था संपुष्टात येऊन नवीन व्यवस्था निर्माण होते तेव्हा संपूर्ण क्रांती झाली असे समजले जाते. मात्र जेव्हा संपूर्ण राज्यघटनेत बदल होत नाही, तर राज्यघटनेतील एखाद्या भागात बदल होतो तेव्हा त्या बदलास 'आंशिक क्रांती' म्हणतात.

२) रक्तमय क्रांती आणि रक्तहीन क्रांती – बदल घडवून आणण्यासाठी जेव्हा शस्त्रांचा किंवा हिंसेचा अवलंब होतो तेव्हा त्यास रक्तमय क्रांती किंवा हिंसात्मक क्रांती असे म्हणतात. जेव्हा अहिंसक मार्गाने परिवर्तन होते तेव्हा त्यास रक्तहीन क्रांती किंवा अहिंसात्मक क्रांती असे म्हणतात.

३) व्यक्तिगत क्रांती आणि घटनाविषयक क्रांती - राज्यघटनेत परिवर्तन न करता शासनव्यवस्थेतील विशिष्ट गट किंवा व्यक्ती यांना पदच्युत करून बदल घडविला जातो, तेव्हा त्यास व्यक्तिगत क्रांती किंवा व्यक्तिसापेक्ष क्रांती असे म्हणतात. याउलट, राज्यघटनेत झालेले परिवर्तन ही घटनाविषयक क्रांती असते.

४) विशिष्ट वर्गाविरुद्ध झालेली क्रांती - एका वर्गाच्या हातून दुसऱ्या वर्गाच्या हाती सत्ता जाणे यास वर्गाविरुद्ध झालेली क्रांती असे म्हटले जाते.

५) प्रचार पद्धतीने झालेली क्रांती - प्रचारातून परिवर्तन हा प्रकार निवडणुकांमध्ये पहावयास मिळतो. या प्रकारास प्रचार पद्धतीने झालेली क्रांती असे म्हणतात.

अशाप्रकारे ॲरिस्टॉटलने सांगितलेले क्रांतीचे प्रकार स्पष्ट करता येतात.

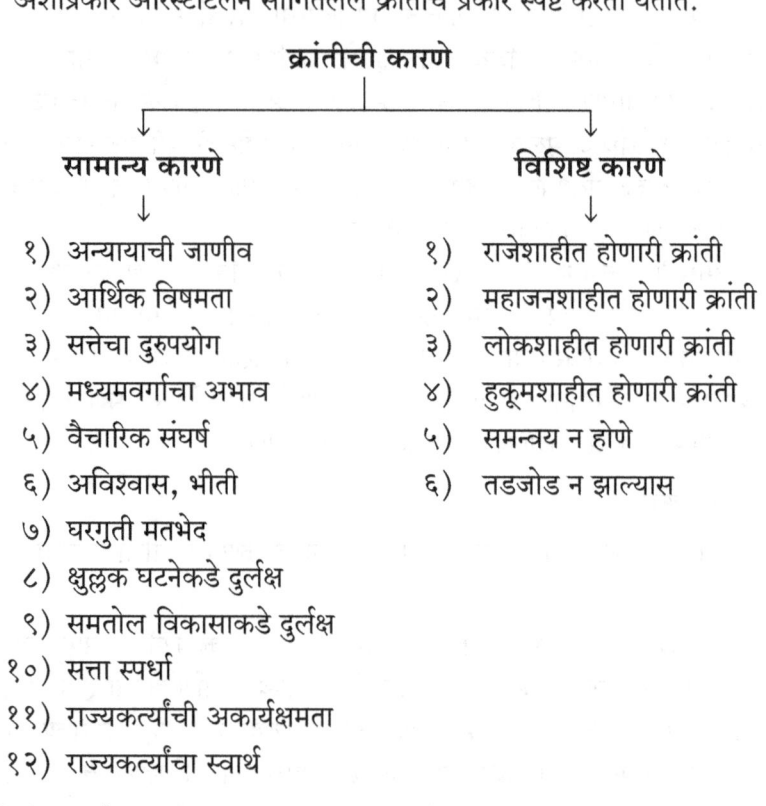

क्रांतीची कारणे

सामान्य कारणे

१) अन्यायाची जाणीव
२) आर्थिक विषमता
३) सत्तेचा दुरुपयोग
४) मध्यमवर्गाचा अभाव
५) वैचारिक संघर्ष
६) अविश्वास, भीती
७) घरगुती मतभेद
८) क्षुल्लक घटनेकडे दुर्लक्ष
९) समतोल विकासाकडे दुर्लक्ष
१०) सत्ता स्पर्धा
११) राज्यकर्त्यांची अकार्यक्षमता
१२) राज्यकर्त्यांचा स्वार्थ

विशिष्ट कारणे

१) राजेशाहीत होणारी क्रांती
२) महाजनशाहीत होणारी क्रांती
३) लोकशाहीत होणारी क्रांती
४) हुकूमशाहीत होणारी क्रांती
५) समन्वय न होणे
६) तडजोड न झाल्यास

क्रांतीची कारणे

क्रांतीची सामान्य कारणे सांगणारा एक गट आणि क्रांतीची विशिष्ट कारणे सांगणारा दुसरा गट अशा दोन गटांत क्रांतीच्या विविध कारणांची मिमांसा ॲसिस्टॉटलने केली आहे.

अ) क्रांतीची सामान्य कारणे

ॲरिस्टॉटलने क्रांतीची सामान्य कारणे पुढीलप्रमाणे सांगितली आहेत.

१) अन्यायाची जाणीव : एखाद्या समाज घटकावर सतत अन्याय झाला आणि त्या समाज घटकास अन्यायाची जाणीव झाली तर तो प्रक्षुब्ध होते आणि क्रांतीला तयार होतो. असा अन्याय राजकीय, सामाजिक व आर्थिक कारणांमुळे होऊ शकतो.

२) आर्थिक विषमता : आर्थिक विषमता फारच वाढली तर त्यातून क्रांतीला पोषक वातावरण निर्माण होते. एका विशिष्ट मर्यादेपर्यंत लोक विषमता सहन करतात. पण ही विषमता फारच वाढली आणि मूलभूत गरजा पूर्ण झाल्या नाही तर संतप्त समाज घटक क्रांती घडवून आणतो.

३) सत्तेचा दुरुपयोग : सत्तेचा दुरुपयोग हे क्रांतीचे महत्त्वाचे कारण ॲरिस्टॉटलने सांगितले आहे. सत्तेचा जेव्हा गैरवापर होतो तेव्हा शुद्ध प्रकाराचे रूपांतर अशुद्ध प्रकारात होते; त्यामुळे क्रांतीला चालना मिळते.

४) मध्यम वर्गाचा अभाव : ॲरिस्टॉटलच्या मते, मध्यम वर्ग समाजात समतोल निर्माण करतो. मध्यम वर्गाचा अभाव समाजात असेल तर क्रांतीला चालना मिळते असे ॲरिस्टॉटलला वाटते. सत्ता मध्यम वर्गाकडे असावी असे तो प्रतिपादन करतो.

५) वैचारिक संघर्ष : राजकीय विचारसरणीचा संघर्ष जर वाढला तर त्यातून क्रांतीला चालना मिळते; कारण वेगवेगळ्या विचारसरणी वेगवेगळ्या हितसंबंधांचे प्रतिनिधित्व करत असतात.

६) अविश्वास व भीती : काही वेळा समाजातील दोन वर्गांमध्ये परस्परांविषयी अविश्वास निर्माण होतो. एका वर्गास असे वाटते की, आपले हक्क दुसऱ्याकडून हिरावून घेतले आहेत. अशावेळी परस्पर अविश्वास, द्वेष, भीती वाटते आणि त्यातून क्रांतीला चालना मिळते.

७) घरगुती मतभेद : राज्यकर्ता घराण्यात घरगुती मतभेद देखील क्रांतीला चालना देतात. राज्यकर्त्या घराण्यातील कौटुंबिक झगडे, वैमनस्य, द्वेष इ. घटक क्रांतीला चालना देतात.

८) क्षुल्लक घटनेकडे दुर्लक्ष - एखादी क्षुल्लक घटनाही क्रांती घडवून आणते. काही वेळा शासक अज्ञानामुळे किंवा निष्काळजीपणामुळे एखाद्या गटाला किंवा व्यक्तीला शासनातील महत्त्वाची सत्तास्थाने देतात. त्या व्यक्ती किंवा गट राजद्रोही किंवा देशद्रोही असण्याची शक्यता असते. त्यांनी केलेल्या एखाद्या घटनेकडे दुर्लक्ष होते; आणि त्यातून क्रांतीला चालना मिळते.

९) समतोल विकासाकडे दुर्लक्ष - प्रादेशिक असमतोल हे सुद्धा क्रांतीचे महत्त्वाचे कारण आहे. राज्याच्या अविकसित भागात राहणारे लोक विकसित भागात राहणाऱ्या लोकांशी तुलना करतात. विकसित भागापेक्षा आपला भाग दुर्लक्षित राहिलेला आहे, याची जाणीव त्यांना होते; त्यामुळे ते क्रांती करतात.

१०) सत्ता स्पर्धा - क्रांतीला चालना देणारा सत्तास्पर्धा हा एक महत्त्वाचा घटक आहे. ज्यांना सत्ता मिळत नाही ते सत्ता प्राप्तीसाठी सतत प्रयत्नशील असतात. त्यातून सत्तास्पर्धा वाढते आणि क्रांतीला पोषक वातावरण निर्माण होते.

११) राज्यकर्त्यांची अकार्यक्षमता - राज्यकर्ते जर अकार्यक्षम असतील तर ते लोकांच्या अपेक्षा पूर्ण करू शकत नाहीत असे राज्यकर्ते बदलावेत अशी भावना लोकांच्या मनात जेव्हा वाढते तेव्हा क्रांती होते.

१२) राज्यकर्त्यांचा स्वार्थ - राज्यकर्ते स्वार्थी बनले तर ते लोकांच्या अपेक्षा पूर्ण करत नाहीत; व जनहिताकडे दुर्लक्ष करतात. आपल्या स्वार्थासाठी ते सत्ता राबवतात. स्वार्थ, भ्रष्टाचार फारच वाढला तर क्रांतीला चालना मिळते.

अशाप्रकारे ॲरिस्टॉटलने क्रांतीची सामान्यकारणे सांगितली आहेत.

ब) विशिष्ट कारणे

क्रांतीची सामान्य कारणे सांगितल्यानंतर काही विशिष्ट राज्य पद्धतीमध्ये होणाऱ्या क्रांतीचे विवेचन ॲरिस्टॉटलने केलेले आहे. ते पुढीलप्रमाणे -

१) राजेशाहीत होणारी क्रांती - कौटुंबिक झगडे आणि सत्तास्पर्धा यातून होणारा संघर्ष ही राजेशाहीत होणाऱ्या क्रांतीची महत्त्वाची कारणे आहेत. राजघराण्यात परस्पर द्वेष अधिक प्रमाणात आढळतो. त्यातून कट-कारस्थाने वाढतात. प्रजेवर अन्याय झाला, शेजारील राष्ट्र शत्रू बनले तर राजेशाहीत क्रांती होऊ शकते.

२) महाजनशाहीत होणारी क्रांती - महाजनशाहीत विशिष्ट वर्गाचे वर्चस्व निर्माण होते. सत्ता आणि प्रतिष्ठा यांची मक्तेदारी कुलीन वर्गाकडे जाते. त्यामुळे इतर वर्गाच्या मनातील द्वेष वाढतो. बहुजन समाजावर अन्याय झाल्यास त्या गटातून क्रांतीचा प्रयत्न केला जातो.

३) लोकशाहीत होणारी क्रांती - भ्रष्टाचार आणि पराभूतांच्या कारवाया यातून लोकशाहीत क्रांती होते. सत्तेचा गैरवापर, विरोधकांचा प्रचार ही सुद्धा क्रांतीची कारणे बनू शकतात.

४) हुकूमशाहीतील क्रांती - हुकूमशाहीत अन्यायाला विरोध करणे कठीण असते. शांततेने प्रश्न सुटत नाहीत. अशा वेळी जर लोक हुकूमशाहीवर असंतुष्ट झाले तर क्रांती होऊ शकते.

५) समन्वय न होणे - विविध तत्त्वांचा समन्वय प्रस्थापित करण्यात यश न आल्यास क्रांती होते; असे ॲरिस्टॉटलला वाटते.

६) तडजोड न झाल्यास - संविधानाची तत्त्वे स्वातंत्र्य, समता यात तडजोड घडवून आणणारी राज्यपद्धती असावी लागते. अशी तडजोड न झाल्यास लोक क्रांतीच्या दिशेने वाटचाल करतात. असे ॲरिस्टॉटलचे प्रतिपादन आहे.

अशा प्रकारे वरीलप्रमाणे क्रांतीची विशिष्ट कारणे स्पष्ट करता येतात.

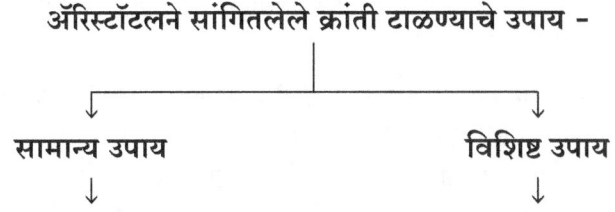

ॲरिस्टॉटलने सांगितलेले क्रांती टाळण्याचे उपाय -

सामान्य उपाय	विशिष्ट उपाय
१) राज्यघटना व कायद्याबद्दल आदर निर्माण करणे	१) हुकूमशाहीतील क्रांती टाळण्याचे उपाय
२) शिक्षणप्रसार	२) महाजनशाहीतील क्रांती टाळण्याचे उपाय
३) सत्तेचे विकेंद्रीकरण	३) लोकशाहीतील क्रांती टाळण्याचे उपाय
४) समतेची स्थापना	
५) शासक वर्गाचे चारित्र्य	
६) शासकाची जागरूकता	
७) गुणवत्ता व अधिकार पदे	
८) सन्मान आणि पुरस्कार	
९) संमिश्र पद्धतीचे संविधान	
१०) लोकनियंत्रित अर्थव्यवस्था	
११) परकीय आक्रमणाची भीती	
१२) नि:पक्षपाती आणि न्यायी राज्यकारभार	

ॲरिस्टॉटल क्रांतीचा विरोधक मानला जातो. त्याच्या मते क्रांती होण्याची चिन्हे दिसल्यानंतर उपाययोजना करण्यापेक्षा क्रांतीची परिस्थिती निर्माण होऊ नये, यासाठी सुरुवातीपासूनच काळजी घ्यावी; ॲरिस्टॉटलने क्रांती टाळण्याचे जे उपाय सांगितले आहेत, त्याची दोन गटांत विभागणी करता येते. सामान्य व विशिष्ट उपाय असे दोन प्रकारचे उपाय ॲरिस्टॉटलने क्रांती टाळण्यासाठी सांगितले आहेत.

अ) सामान्य उपाय

१) राज्यघटना व कायद्याबद्दल आदर निर्माण करणे - नागरिकांच्या मनात राज्यघटना, कायदा व न्याय याबद्दल आदर निर्माण करावा. कायदा पालनाची सवय लोकांमध्ये वाढू लागेल. कायदाभंग करणाऱ्यांना त्वरित शिक्षा करावी. त्यामुळे स्थैर्य निर्माण होऊन क्रांतीची शक्यता निर्माण होत नाही.

२) शिक्षणप्रसार - ॲरिस्टॉटलच्या मते, शिक्षणामुळे नागरिकांना आपली जबाबदारी समजते. क्रांतीमुळे होणाऱ्या वाईट परिणामांची त्यांना जाणीव असते. त्यामुळे शिक्षणप्रसाराचे ॲरिस्टॉटल समर्थन करतो.

३) सत्तेचे विकेंद्रीकरण - वेगवेगळ्या पातळ्यांवरील सत्तेचे केंद्रीकरण टाळले पाहिजे. केंद्रीकरणामुळे सत्तेची मक्तेदारी निर्माण होते. अधिक सत्ता माणसाला भ्रष्ट करते. त्यासाठी सत्तेच्या विकेंद्रीकरणाचा पुरस्कार ॲरिस्टॉटलने केला आहे.

४) समतेची स्थापना - विषमता जर एका मर्यादेपलीकडे वाढली तर क्रांतीला अनुकूल परिस्थिती निर्माण होते. त्यासाठी समता किंवा आर्थिक समता निर्माण करण्याचा प्रयत्न केला पाहिजे.

५) शासकवर्गाचे चारित्र्य - शासकवर्गाने आदर्श चारित्र्य ठेवावे. भ्रष्टाचार, लाचलुचपत, वशिलेबाजी यापासून शासकवर्ग अलिप्त असावा. शासनाने लोकांशी योग्य व्यवहार करावा. अन्याय, अत्याचार होणार नाही याची काळजी घ्यावी.

६) शासकाची जागरूकता - राज्यामधील लहान-मोठ्या गोष्टींकडे शासकाचे लक्ष असावे; लोक नाराज होणार नाहीत याची नेहमी काळजी घ्यावी. प्रस्थापित व्यवस्था विस्कळीत होणार नाही याकडे शासकाने लक्ष द्यावे.

७) गुणवत्ता आणि अधिकारपदे - योग्य व्यक्तिकडे योग्य पद असेल तर कारभार चांगला चालतो. अयोग्य आणि अज्ञानी व्यक्तिकडे महत्त्वाची पदे सोपविल्यास जनतेत असंतोष वाढतो. त्यामुळे गुणवत्ता, चारित्र्य आणि कार्यक्षमता या निकषांवरच अधिकारपदे दिली जावीत.

८) सन्मान आणि पुरस्कार - राज्यातील गुणवान व्यक्तींचा किताबे, पुरस्कार देऊन सन्मान करावा; पण असे करताना काळजी घ्यावी; कारण गुणवान लोकांऐवजी अयोग्य व्यक्तींचा सन्मान झाला तर लोकांच्या मनात संताप निर्माण होतो.

९) संमिश्र पद्धतीचे संविधान - जनतेच्या भावना लक्षात घेऊन संविधान निर्माण करावे. जनतेच्या इच्छा-आकांक्षांचे प्रतिबिंब जर संविधानात नसेल तर जनक्षोभ वाढतो. म्हणून संमिश्र पद्धतीची आणि मध्यम मार्गाचा पुरस्कार करणारी राज्यघटना असावी असे ॲरिस्टॉटला वाटते.

१०) लोकनियंत्रित अर्थव्यवस्था - शासन कार्यासाठी जनतेकडून कररूपाने जमा झालेला पैसा चांगल्या कामासाठी खर्च केला जावा; हिशोब तपासण्याचा अधिकार लोकांना असावा; सार्वजनिक अर्थव्यवस्थेवर लोकांचे नियंत्रण असावे.

११) परकीय आक्रमणाची भीती - क्रांतीला पायबंद घालण्याचा उपाय म्हणून ॲरिस्टॉटल सांगतो की, लोकांचे लक्ष अंतर्गत प्रश्नांपासून विचलित करण्यासाठी त्यांना परकीय आक्रमणाची भीती दाखवावी.

१२) नि:पक्षपाती आणि न्यायी राज्यकारभार - राज्यकारभार नि:पक्षपाती आणि न्यायी असावा, जर नागरिकांमध्ये भेदभाव होत आहे अशी भावना निर्माण झाली तर समाजात असंतोष वाढतो; वाढता असंतोष क्रांतीला कारणीभूत ठरतो.

अशा प्रकारे ॲरिस्टॉटलने क्रांती टाळण्याचे सामान्य उपाय सांगितले आहेत.

ब) विशिष्ट उपाय

वेगवेगळ्या राज्यपद्धतीमध्ये वेगवेगळ्या पद्धतीने क्रांती कशी टाळावी याची उपाययोजना ॲरिस्टॉटलने सांगितली आहे.

१) हुकूमशाहीतील क्रांती टाळण्याचे उपाय - हुकूमशहाने जनतेला नियंत्रित ठेवावे, संशयी व्यक्तिंना शासन करावे. महत्त्वाकांक्षी व्यक्तिंना तुरुंगात ठेवावे. प्रसिद्ध व्यक्तिंना पुरस्कार देऊन शांत करावे. सार्वजनिक ठिकाणी एकत्र येण्यावर बंदी घालावी. जनतेला आवडणारे कृत्य करावे. जनतेच्या आवडीच्या गोष्टी आपल्यालाही आवडतात असा देखावा निर्माण करावा. अतिरेक टाळून संयमी भूमिका स्वीकारावी; राज्यकर्त्याने ऐश्वर्यसंपन्न जीवन जगू नये. अशा अनेक सूचना करून हुकूमशाही राज्यपद्धतीतील क्रांती टाळण्याचे उपाय ॲरिस्टॉटल सुचवितो.

२) महाजनशाहीतील क्रांती टाळण्याचे उपाय - महाजनशाही किंवा धनिकशाही या राज्यपद्धतीमध्ये सत्तेची मक्तेदारी मूठभर लोकांच्या हातात असते त्यामुळे इतर लोकांच्या मनात द्वेषाची भावना निर्माण होते; म्हणून राज्यकर्त्याने सर्व समाज घटकांकडे लक्ष पुरवावे बुद्धिमान लोकांचा सन्मान करावा. गरीब आणि श्रीमंतांमध्ये समन्वय घडवून आणावा, म्हणजे क्रांतीची शक्यत निर्माण होणार नाही.

३) लोकशाहीतील क्रांती टाळण्याचे उपाय - लोकशाहीत सर्वांचा सहभाग असतो. परंतु तिथे कार्यक्षमतेचा अभाव आढळतो. लोकशाहीतील दोष लक्षात घेऊन ते दूर करण्याचा प्रयत्न राज्यकर्त्यांनी करावा. राज्यपद्धती लोकांच्या हितासाठी राबविली जात आहे अशी भावना लोकांच्या मनात निर्माण करावी; त्यामुळे क्रांती टळू शकतो.

सारांश

ॲरिस्टॉटलने बदलत्या परिस्थितीनुसार शासकवर्गात नव्या घटकांचा अंतर्भाव करण्याची सूचना केली आहे. त्याचे शिक्षण पद्धतीवर विशेष लक्ष आढळते. क्रांतीची कारणे आणि उपाय यासंबंधी ॲरिस्टॉटलने समग्र चिंतन केले आहे. त्याचे महत्त्व आधुनिक काळातही मान्य करावे लागते.

समारोप

ॲरिस्टॉटलच्या आधी सॉक्रेटिस, प्लेटो हे विचारवंत झाले. त्यांच्याही आधी विचारवंतांनी आपला विशिष्ट प्रभाव निर्माण केला होता. तरीही राज्यशास्त्राचा निर्माता म्हणून ॲरिस्टॉटलचा उल्लेख केला जातो. ॲरिस्टॉटल हा पहिला पाश्चिमात्य राज्यशास्त्रज्ञ होता. राज्यशास्त्राला स्वतंत्र शास्त्राचे स्वरूप आणि प्रतिष्ठा मिळवून देण्याचे काम ॲरिस्टॉटलने केले. राज्यशास्त्राच्या संशोधनास निरीक्षण, तथ्य संकलन, तथ्य विश्लेषण व त्या आधारे सिद्धान्त निर्मिती करण्याचा पहिला प्रयत्न ॲरिस्टॉटलने केला. ॲरिस्टॉटलच्या राजकीय विचारांचा प्रभाव मध्ययुग आणि आधुनिक काळातील राजकीय चिंतनावर मोठ्या प्रमाणावर पडलेला दिसतो. ॲरिस्टॉटलचा पॉलिटिक्स हा ग्रंथ आजही राज्यशास्त्राचा महत्त्वपूर्ण ग्रंथ मानला जातो. त्यामुळे त्याला राज्यशास्त्राचा निर्माता मानले जाते. त्याने राज्यशास्त्राला स्वतंत्र दर्जा व अध्ययन पद्धती प्राप्त करून दिली. ॲरिस्टॉटलच्या विचारांपासून नंतरच्या अनेक विचारवंतांना स्फूर्ती मिळाली त्यामुळे ॲरिस्टॉटलचे मोठेपण सर्वमान्य झालेले आढळते.

प्रश्न

१) ॲरिस्टॉटलचे राज्याबाबतचे विचार स्पष्ट करा; किंवा राज्याचे स्वरूप व वैशिष्ट्ये याबाबतचे ॲरिस्टॉटलचे विचार सांगा.

२) ॲरिस्टॉटलने केलेले राज्याचे वर्गीकरण सांगा.

३) ॲरिस्टॉटलने सांगितलेले राज्यक्रांतीचे गतिचक्र स्पष्ट करा.

४) ॲरिस्टॉटलची आदर्श राज्याची संकल्पना स्पष्ट करा.

५) ॲरिस्टॉटलचे संपत्तीबाबतचे विचार स्पष्ट करा.

६) ॲरिस्टॉटलचे गुलामगिरी विषयक विचार स्पष्ट करून त्याचे मूल्यमापन करा.

७) ॲरिस्टॉटलने सांगितलेली क्रांतीची कारणे व त्यावरील उपाय लिहा.

प्रकरण ३

मॅकिआव्हेली
(Machiavelli)

अ) मानवी स्वभावाबाबते विचार (Views on Human Nature)
ब) धर्म व नैतिकतेबाबतचे विचार (Views on Religion and Morality)
क) राजाला दिलेला संदेश (Theory of Statecraft)

अल्प परिचय

जन्म : ३ मे १४६९, मृत्यू २० जून १५२७

मॅकिआव्हेली हा आधुनिक राजकीय विचारवंत म्हणून ओळखला जातो. मॅकिआव्हेलीचा जन्म इटलीमधील फ्लॉरेन्स या शहरात झाला. मॅकिआव्हेलीला उच्च शिक्षण घेता आले नाही परंतु त्याला वाचण्याची प्रचंड आवड होती. यातूनच तो प्रत्यक्ष राजकारणाकडे वळाला त्यातूनच तो शासनमंडळातील दुसऱ्या स्थानापर्यंत पोहचला. अंतर्गत राज्यकारभार सांभाळण्याबरोबरच परराष्ट्र व्यवहार सांभाळण्याची जबाबदारी मॅकिआव्हेलीकडे आल्याने त्याचा जगातील अनेक देशांशी, राजकीय व्यवहाराशी संपर्क आला. यातूनच त्याचा शासकीय पद्धतीचा तुलनात्मक अभ्यास करण्याचा दृष्टिकोन विकसित झाला. निरीक्षणाद्वारे त्याने राजकीय संस्था, राजकीय सत्ता यांचा सूक्ष्म अभ्यास केला. १५१२ मध्ये जनतेने शासनाविरुद्ध संघर्ष केला व मेडिसी वंशातील व्यक्तीला सत्तेवर बसविले. मेडिसी वंशातील व्यक्तीशी द्रोह केल्याच्या आरोपावरून मॅकिआव्हेलीला अटक करून तुरुंगात ठेवण्यात आले. परंतु नंतर तो निर्दोष आहे हे सिद्ध झाल्यानंतर त्याला तुरुंगातून बाहेर काढण्यात आले. त्यानंतर मात्र तो सार्वजनिक जीवनातून निवृत्त झाला. त्यानंतर त्याने त्याचे महत्त्वपूर्ण असे लिखाण केले. मॅकिआव्हेलीच्या या लिखाणामुळे राज्यशास्त्राला आधुनिक स्वरूप प्राप्त झाले.

मॅकिआव्हेलीचे संपूर्ण राजकीय विचार हे आदर्शवादी किंवा स्वप्नरंजन नव्हते तर त्याचे संपूर्ण राजकीय विचार प्रत्यक्ष संघर्षातून व अनुभवांमधून आलेले होते म्हणून ते वास्तववादी होते. नैतिक भावनेला महत्त्वाचे मानणारे परंपरागत राज्यशास्त्र तर धर्माला मध्यभागी मानून मांडणी करणारे मध्ययुगीन राज्यशास्त्र यापेक्षा वेगळे आधुनिक काळातील

प्रत्यक्ष राजकीय वास्तवाशी जुळणारे असे नवे राज्यशास्त्र मॅकिआव्हेलीने त्याच्या लिखाणातून निर्माण केले. म्हणूनच त्याला आधुनिक राज्यशास्त्राचा जनक म्हटले जाते. दि प्रिन्स, दि डिस्कोर्सेस, दि आर्ट ऑफ वॉर, हिस्ट्री ऑफ फ्लॉरेन्स अशा ग्रंथांचे मॅकिआव्हेलीने लेखन केले. मॅकिआव्हेलीच्या संपूर्ण राजकीय विचारांवर त्याच्या काळाचा सर्वांत जास्त प्रभाव होता; म्हणूनच मॅकिआव्हेलीला 'त्याच्या काळाचे अपत्य' असे म्हटले जाते. इटली हे राष्ट्र सामर्थ्यशाली व्हावे तसेच त्याचे एकीकरण व्हावे हा विचार केंद्रस्थानी ठेवल्याने त्याने साधनापेक्षा साध्याला जास्त महत्त्व दिले.

मॅकिआव्हेलीने राजकीय विचारांचा, व्यवहारांचा अभ्यास करण्यासाठी जी अभ्यास पद्धती वापरली ती परंपरागत व मध्ययुगीन राज्यशास्त्रज्ञापासून भिन्न स्वरूपाची होती. धर्माच्या आधारे राजकीय प्रश्नांची सोडवणूक करणारा मार्ग मॅकिआव्हेलीने नाकारला व राज्यशास्त्राच्या अभ्यास करण्यासाठी ऐतिहासिक पद्धत अधिक योग्य, समर्पक व उपयुक्त आहे असे त्याचे मत होते. माणसाच्या वर्तनामध्ये सातत्य असल्याने भूतकाळात घडलेल्या घटनांचा अभ्यास त्याला उपयुक्त ठरतो व त्या आधारे भविष्यकाळाबद्दल भाकीत करणे शक्य होते. मॅकिआव्हेलीने आपले विचार मांडण्यासाठी ऐतिहासिक पद्धतीबरोबरच विश्लेषाणात्मक, निरीक्षणात्मक, तुलनात्मक अभ्यासपद्धतीचा वापर केला. मॅकिआव्हेलीने कोणताही आदर्श सिद्धान्त मांडण्याऐवजी वर्तमानकाळात निर्माण झालेल्या समस्या सोडविण्यावर भर दिलेला दिसतो. त्याच्या संपूर्ण राजकीय विचारांमध्ये वास्तविकता, व्यावहारिकता दिसून येते.

अ) मानवी स्वभावाबाबत विचार

प्रस्तावना

मॅकिआव्हेलीचे संपूर्ण राजकीय विचार त्याच्या मानवी स्वभावाबाबतच्या विचारांवर आधारलेले आहेत. मानव प्राणी हा मूलत: चांगला, सद्गुणी असतो या विचाराला मॅकिआव्हेलीने छेद दिला. मानव हा अत्यंत स्वार्थी व दुष्ट असतो, तो जे काही कृत्य करतो त्यामागे केवळ स्वार्थच असतो म्हणून मॅकिआव्हेली असे मानतो की राजा किंवा राजसंस्था यांनी लोकांना भीती दाखवूनच राज्य केले पाहिजे; कारण मनुष्य हा प्रेमळ कधीच नसतो तर तो प्रेमळ असल्याचा केवळ दिखावा करतो त्यामुळे राजा किंवा राजसंस्थेने लोकांचे प्रेम मिळविण्याचा प्रयत्न करण्याऐवजी भीतीद्वारे लोकांवर नियंत्रण प्रस्थापित केले पाहिजे.

मानवी स्वभावाची वैशिष्ट्ये

१) मनुष्य हा स्वार्थी व दुष्ट आहे.

२) मनुष्याची प्रत्येक सामाजिक व राजकीय कृती स्वार्थी असते. निरपेक्ष भावनेने

मनुष्य कोणतीही कृती करीत नाही.

३) मनुष्य हा कृतघ्न, चंचल असतो. तो दुसऱ्याने केलेले उपकार विसरून जातो. तो आपल्या स्वार्थानुसार सतत आपले वर्तन बदलत राहतो. त्याचा स्वभाव कधीही स्थिर असूच शकत नाही तर तो चंचल असतो.

४) मनुष्य हा अत्यंत लोभी असतो. संपत्ती हीच त्याची जीव की प्राण असते. मॅकिआव्हेली म्हणतो की मनुष्य हा इतका संपत्तीसाठी लोभी असतो की एकवेळ तो आपल्या वडिलांचा मृत्यू विसरू शकतो परंतु आपला संपत्तीतील वाटा विसरू शकत नाही. त्यामुळे राजाने केव्हाही मनुष्याची संपत्ती लुबाडू नये कारण तो ते कधीच विसरू शकणार नाही. एकवेळ तो राजाने दिलेली मृत्यूदंडाची शिक्षा विसरू शकेल. परंतु आपल्या संपत्तीचे अपहरण विसरू शकणार नाही; म्हणून राजाने राज्य करताना कधीही जनतेच्या संपत्तीला हात लावू नये. स्वातंत्र्य, स्वराज्य, संपत्ती या सर्व भावना माणसाच्या मनात निर्माण होतात ते केवळ त्याच्या भौतिक स्वार्थामुळेच.

५) मनुष्य स्वार्थी असतो. त्याला त्याच्या जीविताचे व वित्ताचे रक्षण करावयाचे असते म्हणून तो राजा किंवा राजसंस्था यांचे नियंत्रण स्वीकारतो.

६) राजा किंवा राजसंस्थेने भीती निर्माण करूनच राज्य करावे. जनतेच्या मनात प्रेम निर्माण करत बसण्यापेक्षा किंवा त्यावर विश्वास ठेवण्यापेक्षा भीतीद्वारेच शासन करणे योग्य ठरते.

७) मनुष्य स्वार्थी असल्याने शासनसंस्थेची दंडशक्ती गरजेची पडते. मनुष्याच्या स्वार्थावर दंडशक्तीद्वारेच नियंत्रण मिळविता येते.

मॅकिआव्हेलीने दि प्रिन्स या ग्रंथात वरील मनुष्य स्वभावाची वैशिष्ट्ये सांगितली आहेत. तो म्हणतो मनुष्य वाईट असतो; हा मनुष्याचा स्वभाव अपरिवर्तनीय आहे. जगामध्ये कोठेही व कोणत्याही काळामध्ये मनुष्याचा स्वभाव हा एकसारखाच असतो असे मॅकिआव्हेली म्हणतो. डिस्कोर्सेसमध्ये मॅकिआव्हेलीने राजेशाहीऐवजी गणराज्याचा स्वीकार केला. या शासनपद्धतीमध्ये देखील तो म्हणतो जास्तीत जास्त लोकांचा भौतिक भरभराट होण्यावर भर दिला जातो. मॅकिआव्हेलीने बौद्धिक-नैतिक विकास, मोक्ष ह्या राज्यनिर्मितीच्या पारंपरिक संकल्पना नाकारल्या आणि तो म्हणतो केवळ मानवाचा भौतिक विकास हाच विचार राजकीय जीवनाच्या केंद्रभागी असतो.

टीका किंवा आक्षेप

१) मॅकिआव्हेलीने वर्णन केलेला मनुष्य स्वभाव हा केवळ इटलीतील मनुष्य स्वभावावर आधारलेला आहे त्यामुळे तो एकांगी वाटतो.

२) ह्या विचारांना मॅकिआव्हेलीने कोणताही शास्त्रीय आधार दिलेला नाही.

३) मनुष्य नेहमीच स्वार्थी, वाईट, लोभी, दुष्ट असतो हे म्हणणे बरोबर नाही कारण मनुष्य हा नि:स्वार्थी, चांगला, सद्गुणी देखील असू शकतो याकडे त्याने पूर्णपणे दुर्लक्ष केलेले आहे.

४) वाईट स्वभावाच्या मनुष्याकडून मॅकिआव्हेली समाजसुधारणा करू इच्छितो. हा त्याच्या विचारातील विरोधाभास आहे.

५) मनुष्य स्वभावाकडे पाहण्याचा मॅकिआव्हेलीचा दृष्टिकोन नकारात्मक दिसतो.

सारांश

मॅकिआव्हेलीने ज्या मनुष्य स्वभावाचे वर्णन केले आहे तो इटलीतील मनुष्य आहे. त्यावेळी इटलीमध्ये सर्वत्र भ्रष्टाचार, दुराचार निर्माण झाला होता. प्रत्येक राजकीय, सामाजिक कृती स्वार्थावर आधारित होत होती. मानवी स्वभावामध्ये चांगुलपणा, नैतिकता हे मूल्यच दिसत नव्हते; म्हणून मॅकिआव्हेली असे म्हणतो की, अशा दुष्ट, कपट, कारस्थानी मनुष्य स्वभावावर राजसंस्थेचे नियंत्रण असलेच पाहिजे. जोपर्यंत राजसंस्थेकडून लाभ किंवा फायदा आहे तोपर्यंतच मनुष्य राजसंस्थेच्या आदेशांचे पालन करतो. ज्या दिवशी त्याचा राजसंस्थेकडून फायदा किंवा लाभ होणार नाही त्या दिवशी मनुष्य राजसंस्था नष्ट करेल त्यामुळे राजसंस्थेने आपल्या दंडशक्तीद्वारे लोकांच्या मनात भीती निर्माण करून त्याच्या वाईट स्वभावावर नियंत्रण ठेवलेच पाहिजे. अशा प्रकारे मॅकिआव्हेलीचे मानवी स्वभावाबाबतचे विचार सांगता येतात.

ब) धर्म व नैतिकतेबाबतचे विचार

प्रस्तावना

धर्म व राजकारण या दोन बाबी परस्परांशी संबंधित असल्या तरी या दोन सत्ता वेगवेगळ्या आहेत. मॅकिआव्हेलीच्या अगोदर धर्म व राजकारण याची फारकत केलेली दिसत नाही. परंतु मॅकिआव्हेली हा असा पहिला विचारवंत आहे की ज्याने स्पष्टपणे धर्म, नीती व राजकारण यांची फारकत केली. मॅकिआव्हेलीने धर्म, नीती यापेक्षा राजकारण वेगळे आहे. स्वतंत्र, तसेच ते मुक्त आहे. असा चित्तवेधक, नावीन्यपूर्ण विचार मांडला. हा विचार राज्यशास्त्राच्या दृष्टीनेदेखील महत्त्वपूर्ण होत. धर्म व नीतीचा राजाकरणावर महत्त्वपूर्ण परिणाम होतो. धर्म व नीतीचा राजकारणावर पडलेला प्रभाव मॅकिआव्हेलीने पाहिलेला होता. धर्म व नीतीच्या प्रभावामुळे राज्यसंस्था कशी दुबळी बनते हे त्यांनी अनुभवलेले होते. मॅकिआव्हेली म्हणतो की, राजकारणाने राज्यसत्ता स्थापन करावी तिचा विस्तार करावा यासाठी कोणत्याही नैतिक, अनैतिक, अधार्मिक, हिंसा, जुलूम,

जबरदस्ती अशा कोणत्याही मार्गाचा वापर करावा. राजकारणी व्यक्तीच्या यशाचे मूल्यमापन केवळ यश, अपयशावर ठरते. त्यामुळे यश मिळविणे महत्त्वाचे आहे. त्यासाठी कोणते साधन वापरले हे महत्त्वाचे नाही असे मॅकिआव्हेली म्हणतो. राजकारणाची सत्ता अंतिम व सर्वश्रेष्ठ असते त्या तुलनेमध्ये धर्म व नीतीची सत्ता दुय्यम व गौण असते असा महत्त्वपूर्ण विचार मॅकिआव्हेलीने मांडला. असा स्पष्टपणे विचार मांडणारा प्राचीन व मध्ययुगीन राजकीय विचारवंतांमध्ये कुणीही नाही. मॅकिआव्हेलीने स्पष्टपणे हा विचार मांडलेला दिसतो. थोडक्यात, मॅकिआव्हेली नैतिकता हा राज्यसंस्थेचा आधार असतो या सिद्धान्ताला नकार देतो व राज्यकर्त्यावर्गाने आपले ध्येय किंवा साध्य प्राप्त करण्यासाठी कोणत्याही नैतिक, अनैतिक साधनांचा वापर करावा असे तो म्हणतो.

मॅकिआव्हेलीने नीतीची संकल्पना स्पष्ट करताना तिचे व्यक्तिगत व सार्वजनिक किंवा जन या दोन प्रकारांमध्ये वर्गीकरण केले आहे.

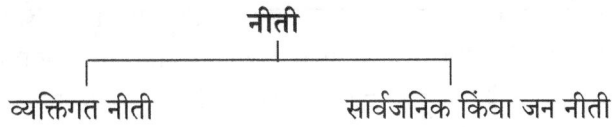

नीती

व्यक्तिगत नीती — सार्वजनिक किंवा जन नीती

१) व्यक्तिगत नीती : मॅकिआव्हेलीने व्यक्तिगत नीती हा एक नीतीचा प्रकार सांगितला आहे. व्यक्तिगत नीती याचा अर्थ राजाची नीती होय. मॅकिआव्हेली म्हणतो, राजाने नीतीच्या तत्त्वाचे पालन करू नये, म्हणजेच राजाने नैतिक नसावे परंतु आपण नैतिक किंवा नीतिमान आहोत असा आभास जाणीवपूर्वक, प्रयत्नपूर्वक निर्माण करावा. आपण नीतीनियमांचे पालन करत असल्याचे लोकांना दाखवून द्यावे. राजाकडे नैतिक गुण आवश्यक नाही. राजा पूर्णपणे स्वतंत्र असतो. त्याच्यावर कोणत्याही प्रकारचे नैतिक बंधन असूच शकत नाहीत. राजासाठी नैतिक नियम नसतात. राजाने सत्तेचा, बळाचा वापर करून आपल्या भूमीचे संरक्षण करावे. डावपेच हीच त्याची नीती आहे. कट-कारस्थान, कुटिल नीतीचा वापर करून सत्ता टिकविली पाहिजे. सत्ता टिकविण्यासाठी, वाढविण्यासाठी राजाने कोणत्याही नैतिक - अनैतिक, योग्य - अयोग्य, भ्रष्ट - अभ्रष्ट, चांगल्या - वाईट मार्गांचा वापर करावा. राजासाठी कोणतेही साधन न्यायच असते. साधनापेक्षा राजाने साध्याला महत्त्व द्यावे. साध्य प्राप्ती हेच त्याचे एकमेव ध्येय असले पाहिजे. राजाने राज्याची सुरक्षितता महत्त्वाची मानावी. त्यासाठी हिंसा, अत्याचार करावा लागला तरी तो करावा. लोकांना मारावे लागले किंवा धोका द्यावा लागला तरी तो द्यावा. नैतिकतेच्या सर्व संकल्पनांचे पालन भित्र्या लोकांसाठी असते राजासाठी नसते. राजाने सिंहासारखे शूर व कोल्ह्यासारखे धूर्त असले पाहिजे. तो म्हणतो राजाचे यशच त्याच्या साधनांना नैतिक बनविते. यश महत्त्वाचे आहे. यश मिळाल्यानंतर त्यासाठी

कोणते साधन वापरले याला महत्त्व राहत नाही असे तो म्हणतो. थोडक्यात, मॅकिआव्हेलीने व्यक्तिगत नीती राजासाठी सांगितली. राजाला नैतिकतेचे कोणतेही बंधन असून शकत नाही. त्याने केवळ आपल्या ध्येयाकडे लक्ष द्यावे, यश मिळवावे असे तो म्हणतो.

२) जन किंवा सार्वजनिक नीती : जन किंवा सार्वजनिक नीती हा मॅकिआव्हेलीने नीतीचा एक प्रकार सांगितला आहे. जननीती ही त्याने जनतेसाठी म्हणजेच प्रजेसाठी सांगितली आहे. प्रजेने नीतीमान असलेच पाहिजे असे मॅकिआव्हेली म्हणतो. प्रजेने नैतिकतेचे पूर्ण पालन करावे असे मॅकिआव्हेली म्हणतो कारण त्यामध्येच प्रजेचे कल्याण, हित आहे. प्रजेने चांगले व वाईट यामध्ये नेहमी चांगल्याचीच बाजू घ्यावी. योग्य-अयोग्य यामध्ये योग्यतेची निवड करावी. नैतिक-अनैतिक यामध्ये नैतिकतेची निवड करावी. जनतेने राजाच्या किंवा सरकारच्या आदेशाचे पालन करावे, कायदे याचे पालन करावे. राष्ट्रासाठी बलिदान करावे. गरज पडेल तेव्हा सहकार्य करावे थोडक्यात जनतेने नैतिक नियमाचे पालन करावे, नीतीमान असावे यातच जनतेचे हित आहे.

थोडक्यात मॅकिआव्हेलीने नीती व राजकारण यांना परस्परांपासून वेगळे केले. नीती आवश्यक आहे. परंतु ती कोणासाठी? तर केवळ जनतेसाठी, राजासाठी नाही. राज्यकारभार हा नीती निरपेक्ष असलाच पाहिजे किंवा राज्यकर्त्या वर्गासाठी अनैतिक कृत्ये आवश्यक असतात असे तो म्हणतो कारण राज्याचे हित हे व्यक्तिगत हितापेक्षा महत्त्वाचे असते त्यामुळे राज्याचे हित जपण्यासाठी कोणत्याही मार्गाचा वापर तो योग्य व न्याय मानतो. राजकारणाची मुख्य प्रेरणा ही स्वार्थप्राप्ती हीच असते. त्यामुळे ती प्राप्त करण्यासाठी वापरलेला कोणताही मार्ग न्याय्य असतो. मानवाला सत्ता हवी असते. त्यामुळे सत्ताप्राप्तीसाठी वापरावा लागणारा कोणताही मार्ग योग्य, न्याय्य व समर्थनीयच असतो असे मॅकिआव्हेली म्हणतो. थोडक्यात, राजाने नैतिकतेचे पालन करू नये जनतेने मात्र नैतिक असले पाहिजे असा नीती संदर्भातील मॅकिआव्हेलीचा विचार आहे.

धर्म

मॅकिआव्हेलीने जसे नीतीला स्थान दिले नाही तसेच तो धर्माला देखील महत्त्व देत नाही. राजाचे हित महत्त्वाचे त्यासाठी प्रसंगी धर्माचा त्याग करावा लागला तरी चालेल.

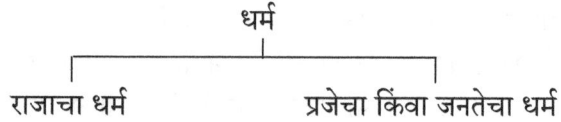

धर्म

राजाचा धर्म | प्रजेचा किंवा जनतेचा धर्म

१) राजाचा धर्म : मॅकिआव्हेली म्हणतो की राजाने प्रत्यक्ष धर्माचे पालन करू नये केवळ राजा धर्मानुसार आचरण करीत आहे असा आभास निर्माण करावा; कारण

इतिहासातील उदाहरणांवरून असे दिसते की, जो राजा धार्मिक नियम पाळत नाही तो जास्त यशस्वी ठरतो. राजाने प्रसंगी अधार्मिक झाले तरी सुद्धा चालेल कारण त्याला राज्यसत्ता टिकवायची आहे. त्याला राज्याचे हित जपायचे आहे. त्याला राज्याच्या सीमांचे, भूमीचे रक्षण करण्याबरोबरच तिचा विस्तार करावयाचा आहे. राजाचा धर्म कोणता ? राज्यसत्ता वाढविणे, तिचा विस्तार, संरक्षण हाच राजाचा धर्म आहे. प्रजेने राजाच्या विरोधात जाऊ नये म्हणून आपण व्यक्तिगत जीवनामध्येच धर्माचे पालन करतो, धर्मानुसार आचरण करतो असा राजाने आभास निर्माण करावा. थोडक्यात, राजाचा धर्म राज्यसत्ता टिकविणे हाच आहे व त्याने तो पालन करावा परंतु व्यवहारात मात्र आपण धार्मिक असल्याचे सतत दाखवत रहावे.

२) प्रजेचा धर्म : मॅकिआव्हेली म्हणतो प्रजेला धर्म असतो व प्रजा धर्माचे पालन करते, धर्मानुसार आचरण करते. राजाने त्यामध्ये हस्तक्षेप करू नये. शासकाला धर्म नाही परंतु शासितांना धर्म आहे असे तो म्हणतो. सामान्य माणसे दुबळी, भित्री असतात तशीच ती स्वर्ग प्राप्तीसाठी धर्माचे आचरण करतात त्यामुळेच त्यांची धर्मगुरूंकडून फसवणूक होते असे तो म्हणतो. थोडक्यात, प्रजेला धर्माचे पालन आवश्यक वाटते त्यांनी ते करावे राजाने त्यापासून अलिप्त रहावे.

धर्म व राजकारण

परंतु धर्मसत्ता व राजकारण किंवा राज्यसत्ता या दोन गोष्टी जशा वेगवेगळ्या आहेत तशाच त्या स्वतंत्रदेखील आहेत. धर्मसत्तेपेक्षा राज्यसत्ता सर्वश्रेष्ठ आहे. राज्यसत्तेची सत्ता अंतिम व निर्णायक आहे. राज्याचे हित साधन करणारे एक साधन म्हणून मॅकिआव्हेली धर्मसत्तेकडे पाहतो. धर्मसत्तेवर राज्यसत्तेचे नियंत्रण असलेच पाहिजे; प्रसंगी राजाने धर्माविरोधी वर्तन करण्यासही तयार असावे असे तो म्हणतो.

धर्म व राजकारण परस्परांपासून वेगळे असले पाहिजे त्याचबरोबर राजकीय दृष्ट्या धर्म ही एक उपयोगाची गोष्ट आहे असेही तो म्हणतो; कारण लोकांनी राज्यसत्तेच्या आज्ञांचे पालन करणे महत्त्वाचे आहे. धर्माच्या भीतीमुळे लोक राज्यसत्तेच्या आज्ञांचे पालन करतात. यामुळेच राज्यसत्ता टिकून राहते, तिचा विस्तार होतो. परंतु लोकांनी कायद्याचे पालन करण्यास नकार देण्यातून राज्यसत्तेचा नाश होतो. तो म्हणतो, लोकांच्या धार्मिक भावना, श्रद्धा बळकट झाल्या पाहिजेत. धर्म संस्थापक हा श्रेष्ठ आहे हा संदेश जनतेत दिला गेला पाहिजे; कारण तो म्हणतो लोक राजाच्या आज्ञांना नकार देण्याची हिंमत दाखवू शकतात परंतु धर्माच्या आज्ञांना नकार देण्याची हिंमत त्यांच्याकडे असत नाही. त्यामुळेच तो म्हणतो कायदे हे ईश्वरनिर्मित आहेत असा आभास निर्माण करावा. कायद्याचे उल्लंघन म्हणजेच ईश्वराचा अवमान अशी भावना निर्माण करण्यातून सहजपणे

कायद्याचे पालन केले जाते. थोडक्यात, राज्यसत्ता टिकविण्यासाठी लोकांच्या धार्मिक भावनांना महत्त्व दिले गेले पाहिजे असे तो म्हणतो.

मॅकिआव्हेली म्हणतो राजा व धर्मगुरू यामध्ये राजा श्रेष्ठ आहे धर्मगुरूची सत्ता धार्मिक क्षेत्रापुरतीच मर्यादित असली पाहिजे तिने राजकारणाच्या क्षेत्रात हस्तक्षेप करता कामा नये. धर्मगुरूंनी केवळ धर्माचा प्रचार व प्रसार करावा राजकारण करू नये. राजकारणाचे क्षेत्र स्वतंत्र, स्वायत्त आहे त्यावर फक्त राज्यकर्त्यावर्गाचेच नियंत्रण असले पाहिजे. राज्यकर्त्यावर्गानेच राज्यकारभार करावा असे मॅकिआव्हेली म्हणतो. धर्मगुरूने राजकारणात हस्तक्षेप करू नये. राजाला विरोध करू नये. थोडक्यात, राज्यसत्ता व धर्मसत्ता या वेगवेगळ्या आहेत.

सारांश

मॅकिआव्हेलीने धर्म, नीती यांची राजकारणापासून फारकत केली. धर्मसत्ता व राज्यसत्ता या वेगवेगळ्या आहेत व त्यामध्ये राज्यसत्ता सर्वश्रेष्ठ आहे त्याचबरोबर राजासाठी राज्यहित महत्त्वाचे त्यासाठी त्याने नैतिक-अनैतिक, धार्मिक-अधार्मिक अशा कोणत्याही साधनांचा वापर करावा असे मॅकिआव्हेली म्हणतो अशाप्रकारे मॅकिआव्हेलीचे धर्म, नीती व राजकारण याबाबतचे विचार सांगता येतात.

क) मॅकिआव्हेलीने राजाला दिलेला संदेश (Theory of Statecraft)

प्रस्तावना

दि प्रिन्स या ग्रंथात मॅकिआव्हेलीने राजाला संदेश दिलेला आहे. आपली राज्यसंस्था टिकवून ठेवण्यासाठी तसेच कायदा व सुव्यवस्था टिकवून ठेवण्यासाठी राजाने कोणत्या प्रकारे वर्तन करावे, कोणत्या उपाययोजना कराव्यात या बाबी मॅकिआव्हेली दि प्रिन्समध्ये सविस्तरपणे मांडतो.

१) राजाने सिंहासारखे शूर व कोल्ह्यासारखे धूर्त असावे : मॅकिआव्हेली म्हणतो की, राजाने केवळ सिंहासारखे शूर असून चालणार नाही; तर कोल्ह्यासारखे धूर्त देखील असले पाहिजे. कारण राजाला सर्वांवर विश्वास ठेवता येत नाही. कोणत्याही क्षणी अविश्वास होण्याची शक्यता जास्त असते. मनुष्य हा ज्याप्रमाणे अप्रामाणिक असतो त्याप्रमाणे तो भित्रादेखील असतो. तो भाबडादेखील असतो तो भव्यदिव्यतेला फसतो. त्यामुळे आपण खूप चांगले, दयाळू, प्रामाणिक, धार्मिक असल्याचे राजाने भासवावे परंतु प्रसंग येताच राजाने अनैतिक, क्रूर, विश्वासघाती, चुकीचे व योग्य वाटेल असेच कृत्य करावे कारण राजाचे यश महत्त्वाचे आहे. त्याला यश मिळाल्यानंतर त्याने त्यासाठी कोणत्या साधनांचा वापर केला होता याला कोणतेही महत्त्व असत नाही.

२) **रूढी, प्रथा, परंपरांचा आदर करावा :** राजाने आपले राज्य टिकविण्यासाठी अस्तित्वात असलेल्या रूढी, प्रथा, परंपरा, संकेत यांचे पालन करावे; त्यांचा अनादर करू नये कारण लोक भावनिक दृष्ट्या त्यामध्ये गुंतलेले असतात त्यामुळे राजाने त्याचा आदर करण्यावर भर दिला पाहिजे. लोकांच्या मनामध्ये राजाबद्दल घृणा निर्माण होणार नाही याची राजाने सतत काळजी घेतली पाहिजे. राजाने चुकीचे किंवा अनैतिक कार्य स्वत: करू नये आपल्या सेवक वर्गाकडून ती कार्य करून घ्यावीत. त्यामुळे त्याचा दोष त्याच्यावर सोपविता येतो किंवा दृष्कृत्यासाठी त्यांना जबाबदार धरता येते.

३) **बहुरूप्याप्रमाणे वर्तन :** मनुष्य स्वभाव हा मूलत: वाईट आहे हे लक्षात घेऊन राजाने प्रसंगानुरूप बहुरूप्याप्रमाणे वर्तन करण्यात काहीच गैर नाही. धर्म, नीती, सदाचार या बाबींचा बाऊ न करता राजाने वर्तन करावे. राजाने धर्माप्रमाणे आचरण करत आहोत; असा केवळ देखावा करावा परंतु प्रत्यक्षात त्याप्रमाणे वर्तन करू नये; कारण प्रामाणिकपणे राजा कार्य करू लागला तर तो फार काळ सत्तेवर राहू शकणार नाही. इतिहासामध्ये देखील ज्या राजांनी धूर्तपणा दाखविला विश्वासघात केला तेच राजे यशस्वी झालेले दिसतात. या अनुभवावरून बोध घेऊनच राजाने कृती करावी. मनात एक व ओठावर एक याप्रमाणे राजाने वागले पाहिजे. लोकांच्या भावना भडकावून राजाने त्यापासून स्वत: स्वार्थ साधला पाहिजे. स्वत: त्या भावनांच्या आहारी जाऊ नये. जनतेला सतत राजाबद्दल भीती वाटली पाहिजे तशीच ती सतत कार्यमग्न राहील याची दक्षता राजाने घ्यावी व आपल्या कृती कार्यक्रमांबाबत गोपनीयता पाळावी.

४) **संपत्ती व स्त्रीत्वाला धक्का पोहोचवू नये :** लोकांनी राजाला आदर दिला पाहिजे त्याचा सन्मान केला पाहिजे यासाठी राजाने काही पथ्ये पाळली पाहिजेत आणि ती म्हणजे त्याने लोकांची संपत्ती कधीही लुबाडून घेऊ नये त्याप्रमाणे स्त्रियांना कधीही शीलभ्रष्ट करू नये. लोकांचे या दोन गोष्टींवर प्रेम असते. यावर आक्रमण करणाऱ्या राजाला ते कधीही माफ करीत नाहीत. आपल्या सर्वशक्तींनिशी अशा राजाविरुद्ध ते बंड पुकारतात. याउलट, या दोन गोष्टीची राजाकडून शाश्वती मिळाल्यास ते राजाला अधिमान्यता देतात. एक वेळ राजा जुलमी असला तरी सुद्धा जनेतला तो चालतो परंतु तो जर व्यभिचारी, चारित्र्यहीन असेल तर जनता त्याचा आदर करीत नाही. त्यामुळे राजाने चुकूनही लोकांच्या संपत्तीला व स्त्रीत्वाला धक्का पोहचवू नये.

५) **कल्याणकारी राजा अशी प्रतिमा निर्माण करावी :** राजाने नेहमी त्याची प्रतिष्ठा, कीर्ती वाढेल अशी कामे स्वत: करावीत. युद्धामध्ये मिळालेली संपत्ती त्याने स्वत: सैनिक व जनता यांच्यामध्ये वाटून द्यावी. कर लावणे, वसुली, शिक्षा, दंड यासारखी कामे त्याने प्रशासनाकडून करून घ्यावीत जेणेकरून जनतेचा रोष त्याच्यावर येणार नाही;

त्याने मात्र किताब देणे, बक्षिसांचे वाटप करणे, सवलती देणे, आर्थिक मदत यासारखी कामे करावीत. साहित्य, कला, संस्कृती यांचे आपण चाहते आहोत अशी स्वत:ची प्रतिमा निर्माण करावी. हुशार, तज्ज्ञ, गुणवान तसेच कलांमध्ये विशेष कामगिरी करणाऱ्यांचा त्याने सन्मान करावा. राज्याची प्रगती, प्रतिष्ठा, सन्मान वाढविणाऱ्या प्रत्येकाचे कौतुक करावे; थोडक्यात, राजाने आपण कल्याणकारी गुणग्राहक, रसिक व जाणता राजा आहोत ही प्रतिमा निर्माण करण्यावर राजाने सतत भर दिला पाहिजे.

६) मंत्र्याची निवड काळजीपूर्वक : राजाने आपले मंत्री नेमताना अत्यंत काळजीपूर्वक ही कृती करणे गरजेचे आहे कारण मंत्र्याच्या वर्तणुकीवरून राजाबद्दल लोकांचे चांगले किंवा वाईट मत तयार होते. जी व्यक्ती केवळ राजा व राज्य यांचा विचार करते त्यासच मंत्री करावे. तसेच राजाने मंत्र्याला प्रतिष्ठा, मान-सन्मान देण्याबरोबरच संपत्ती देखील दिली पाहिजे. त्यामुळे तो भ्रष्ट कृती करण्यास तयार होणार नाही. राजाचा मंत्र्यावर व मंत्र्याचा राजावर विश्वास असेल तरच राज्य करणे सोपे जाईल. ही गोष्टी राजाने लक्षात घ्यावी.

७) खोट्या स्तुतीपासून अलिप्त रहावे : प्रत्येक मनुष्याला स्वत:ची स्तुती केलेली आवडते. त्यामुळे राजाने खोट्या स्तुतीपासून व स्तुतिपाठकांपासून स्वत:स अलिप्त ठेवावे नाहीतर नाश अटळ असतो. राजाने काही हुशार लोकांना जवळ ठेवावे तसेच त्यांना जे खरे आहे ते मांडण्याचे स्वातंत्र्य देखील द्यावे. राजाने त्याच्याकडून स्वत:ची इच्छा असेल त्याचवेळी सल्ला घ्यावा. ऊठसूट सल्ला देणाऱ्यांवर राजाने नियंत्रण ठेवावे. राजाने स्वत: चौकस, जिज्ञासू, सहिष्णू असले पाहिजे. सल्लागारांवर अवलंबून राहून राजाने निर्णय घेऊ नयेत. राजाच्या अचूकतेमुळे व शहाणपणामुळे त्याला योग्य सल्ले मिळतात. या गोष्टी राजाने सतत लक्षात ठेवल्या पाहिजेत.

८) विविध कौशल्ये : राजाला विविध प्रसंगाना सामोरे जावे लागते त्यामुळे त्याच्याकडे विविध कौशल्ये असणे गरजेचे ठरते. मनुष्य स्वभावामध्ये चांगला व वाईटपणा असल्याने या दोन्ही प्रसंगांना सामोरे जाण्याचे कौशल्य राजाकडे असलेच पाहिजे. राजाला कायदा व सामर्थ्य या दोन मार्गांचा वापर करून प्रश्न सोडविता आले पाहिजेत. राजाला मानवातील माणूसपणाचा उपयोग करून घेता आला पाहिजे त्याप्रमाणे मानवातील पशूत्वावर देखील त्याला नियंत्रण मिळविता आले पाहिजे. एकाचवेळी या दोन गोष्टी राजाला करता आल्या पाहिजे यासाठी त्याच्याकडे कौशल्य असणे गरजेचे आहे.

९) आक्रमक परराष्ट्र धोरण : राजाने नेहमीच आक्रमक परराष्ट्र धोरण आखण्यावर भर दिला पाहिजे. आपल्या शेजारील दोन राष्ट्रे कधीही एकत्र येणार नाहीत याची राजाने काळजी घ्यावी. राजाने सतत आपल्या सीमा वाढविणारे परराष्ट्र धोरण आखले पाहिजे.

राजाने आपल्या शेजारील राष्ट्रामध्ये हस्तक्षेप करून तो प्रदेश ताब्यात घ्यावा. या भूप्रदेशामध्ये शांतता प्रस्थापित करावी. साम, दाम, दंड, भेद ह्या सर्व मार्गाचा वापर करीत त्याने राष्ट्राचा विकास करावा.

सारांश

मॅकिआव्हेलीने राजाला दिलेला संदेश महत्त्वपूर्ण आहे. राजाने राज्याचे हित महत्त्वाचे मानले पाहिजे. राज्यहितासाठी राजाने कोणत्याही मार्गाचा वापर केला तरी तो न्याय व योग्य आहे असे मॅकिआव्हेली म्हणतो.

प्रश्न

१) मानवी स्वभावाची मॅकिआव्हेलीची संकल्पना स्पष्ट करा.
२) धर्म, नीती व राजकारण याबाबतचे मॅकिआव्हेलीचे विचार स्पष्ट करा.
३) मॅकिआव्हेलीने राजाला केलेले मार्गदर्शन सांगा किंवा मॅकिआव्हेलीने राजाला दिलेला संदेश स्पष्ट करा.
४) 'आधुनिक राज्यशास्त्राचा जनक' म्हणून मॅकिआव्हेलीचे विचार स्पष्ट करा.

<table>
<tr><td>प्रकरण
४</td><td># जे. एस. मिल
(J. S. Mill)</td></tr>
</table>

अ) उपयुक्ततावादासंबंधीचे विचार (Views on Utilitarianism)

ब) स्वातंत्र्याबाबतचे विचार (Views on Liberty)

क) प्रातिनिधिक सरकार व राज्याबाबतचे विचार
(Views on Representative Government and State)

अल्प परिचय

जन्म : २० मे १८०६, मृत्यू : ८ मे १८७३

जॉन स्टुअर्ट मिल हा विचारवंत इंग्लंडमध्ये उदयाला आला. मिलच्या विचारांना राज्यशास्त्रामध्ये महत्त्वाचे स्थान आहे. मिलने साहित्य, इतिहास, गणित, अर्थशास्त्र, तत्त्वज्ञान यासारख्या विविध विषयांचा अभ्यास केला. सुरुवातीला त्याने ब्रिटिश ईस्ट इंडिया कंपनीमध्ये नोकरी केली. १८६५ मध्ये तो ब्रिटिश पार्लमेंटवरती निवडून आला. फ्रान्स राज्यक्रांतीने स्वातंत्र्य, समता, बंधुता ही तत्त्वे जगाला दिली. इंग्लंडमधील जनतेवरतीदेखील या तत्त्वांचा प्रभाव पडला; औद्योगिक क्रांतीतून जो मध्यमवर्ग उदयाला आला, त्याने व्यक्तिस्वातंत्र्य व उपयुक्ततावाद यांचा स्वीकार केला. मिलने उपयुक्ततावाद, स्वातंत्र्यासंबंधीचे विचार, प्रातिनिधिक सरकार व महिलांबाबत विचार मांडले की, जे विचार आजही महत्त्वपूर्ण आहेत.

जॉन स्टुअर्ट मिलवरील प्रभाव

मिलच्या संपूर्ण विचारांवरती इंग्लंडमधील विचारांचा प्रभाव होता. उपयुक्ततावादाचा देखील मोठा प्रभाव मिलवरती होता. मिलचे वडील जेम्स मिल हे उपयुक्ततावादी विचारप्रणालीचा पुरस्कार करणारे होते. बेन्थॅम व ऑस्टिन या विचारवंतांच्या उपयुक्ततावादी विचारांचा प्रभाव मिलवरती होता.

मिलने लिहिलेले ग्रंथ

ऑन लिबर्टी, युटिलिटेरिऑनिझम, सब्जेक्शन ऑफ वूमेन, रिप्रेझेन्टेटिव्ह गव्हर्नमेन्ट, थॉट्स ऑन पार्लमेंटरी रिफॉर्म्स, सिस्टीम ऑफ लॉजिक, पॉलिटिकल इकॉनॉमी या ग्रंथाचे लेखन केले.

अ) उपयुक्ततावादासंबंधीचे विचार

प्रस्तावना

जॉन स्टुअर्ट मिलने बेन्थॅम या विचारवंताने मांडलेले उपयुक्ततावादासंबंधीचे विचार अभ्यासले. हे विचार आहे तसे न स्वीकारता व्यवहाराला उपयोगी असे बदल उपयुक्ततावादामध्ये केले. युटिलिटेरिऑनिझम या ग्रंथामध्ये मिलने उपयुक्ततावादी विचार मांडले परंतु मिलचे उपयुक्ततावादासंबंधीचे विचार बेन्थॅमच्या विचारांपेक्षा वेगळे होते.

व्याख्या

"उपयुक्ततावाद म्हणजे जास्तीत जास्त लोकांचे जास्तीत जास्त कल्याण होय."

प्रत्येक व्यक्ती सुख मिळविण्याचा आणि दुःख कमी करण्याचा प्रयत्न करीत असते. सुख आणि दुःख या दोन गोष्टींच्या नियंत्रणाखाली निसर्गाने मानवाला ठेवले आहे. सुख व दुःखानुसार प्रत्येक व्यक्तीची विचार व कृती होत असते. कोणत्याही देशातील सरकारने दुःख कमी करून त्यांच्या सुखामध्ये वाढ केली म्हणजे लोककल्याणामध्ये अडथळा ठरणाऱ्या गोष्टी सरकारने बाजूला केल्या पाहिजेत. उपयुक्ततावादी विचारवंतांनी समाजाच्या संदर्भामध्ये व्यक्तिसुखाचा विचार केला पाहिजे. समाजाच्या सुखामध्ये व्यक्तीचे सुख असते. उपयुक्ततावादी विचारवंतांनी व्यक्तिस्वातंत्र्याचा पुरस्कार केला व हुकूमशाहीला विरोध केला. बेन्थॅम आणि जेम्स मिल यांनी जो उपयुक्ततावाद मांडला त्यामध्ये जॉन स्टुअर्ट मिलने बदल केला.

मिलने उपयुक्ततावादामध्ये केलेला बदल पुढीलप्रमाणे -

१) सुखामध्ये संख्यात्मक व गुणात्मक फरक - उपयुक्ततावादी विचारांमध्ये ज्या कृतीतून सुख मिळते ती कृती योग्य असते. याउलट, ज्या कृतीतून सुख कमी होते ती कृती अयोग्य असते परंतु सुखाकडे पाहण्याचा मिलचा दृष्टिकोन वेगळा होता. सुख हे संख्यात्मक असण्याबरोबरच गुणात्मक देखील असते; असा विचार मिलने मांडला. सुखाची पातळी व दर्जा वेगवगेळा असू शकतो. काही सुख वरिष्ठ पातळीचे तर काही सुख कनिष्ठ पातळीचे असते. मिलच्या मते, वरिष्ठ पातळीवरील सुखाला जास्त किंमत असली पाहिजे. उदा. थोड्या चांगल्या व दर्जेदार पुस्तकांच्या वाचनातून आपल्याला आनंद होतो. परंतु विशेष दर्जा नसलेल्या पुस्तकातून मिळणाऱ्या आनंदापेक्षा हा आनंद

जास्त असतो. अनेक बेचव पदार्थांतून मिळणाऱ्या दु:खापेक्षा थोड्या व चवदार पदार्थातून मिळणारे सुख जास्त असते. बेन्थॅमने सुखाचा केवळ संख्यात्मक विचार केला तर मिलने गुणात्मकतेला महत्त्व दिले. मिलच्या मते, ''समाधानी प्राण्यापेक्षा असमाधानी माणूस बरा व समाधानी माणसापेक्षा असमाधानी सॉक्रेटिस बरा.'' याचाच अर्थ मिल म्हणतो की, दर्जात्मक सुख किंवा गुणात्मक सुख संख्यात्मक सुखापेक्षा जास्त महत्त्वाचे आहे.

२) समाजाचे हित महत्त्वाचे – मिलने व्यक्ती व समाज यांच्यामध्ये समन्वय साधण्याचा प्रयत्न केला. आपले हित साध्य करित असताना समाजाचे सुख कमी होता कामा नये. समाजाच्या हिताचा बळी देऊन व्यक्तीने आपले हित साध्य करू नये. यासाठी व्यक्तीला नियंत्रित करणारे कायदे असले पाहिजे. परंतु केवळ कायद्याने काम होत नाही म्हणून शिक्षणाच्या माध्यमातून लोकांवरती संस्कार केले पाहिजेत. कायदा व शिक्षण या दोन मार्गांनी व्यक्तीचे मन व्यापक करता येते. बेन्थॅमच्या मते, प्रत्येकाने आपले हित साध्य केले की, आपोआपच समाजाचे हित साध्य होते. मिलने यामध्ये बदल केला. व्यक्तिहित व समाजहित वेगवेगळे असल्यासकारणाने त्यांच्यामध्ये संघर्ष निर्माण होऊ शकतो. एकूणच आपले हित समाजहिताच्या विरोधी जाणार नाही; अशाप्रकारचे संस्कार लोकांवरती करून समाजहित साध्य करता येईल. मिलने समाजासाठी व्यक्तीच्या हिताकडे काही प्रमाणामध्ये दुर्लक्ष केलेले दिसते.

३) नैतिकतेला महत्त्व – मिलने त्याच्या उपयुक्ततावादी विचारांमध्ये नैतिकतेला महत्त्वपूर्ण स्थान दिले. केवळ कायद्याने व्यक्तीच्या स्वार्थीपणावरती नियंत्रण ठेवता येणार नाही. समाजाच्या सुखाचा प्रत्येक व्यक्तीने विचार केला पाहिजे. मिलच्या विचारांमध्ये स्वयंप्रेरणेला महत्त्व आहे. सुख व नैतिकता यामध्ये मिलने फरक केला. व्यक्तीने केवळ सुखी व्हावे असे नाही; तर तिच्याकडे नैतिकता देखील असली पाहिजे. बेन्थॅमने उपयुक्ततावादामध्ये केवळ सुखाची कल्पना मांडली. मिलने सुखाबरोबरच नैतिकतेला देखील महत्त्व दिले. सुखी जीवनापेक्षा सद्गुणसंपन्न म्हणजेच नैतिकतेचे जीवन जगावे असे मिल म्हणतो.

४) सामाजिक व आर्थिक प्रश्नांना महत्त्व – बेन्थॅमने केवळ कायदाविषयक प्रश्नांचाच विचार केला. मिलने मात्र समाजव्यवस्थेतील सामाजिक व आर्थिक प्रश्न सोडविण्यावरती भर दिला. गुप्त मतदान पद्धतीऐवजी प्रत्यक्ष किंवा खुल्या मतदान पद्धतीचा मिलने पुरस्कार केला. स्त्रियांच्या स्वातंत्र्याचा देखील मिलने विचार मांडला. एकूणच उपयुक्ततावादाला समाजाच्या दृष्टीने उपयुक्त करण्याचा प्रयत्न मिलने केला. याचाच अर्थ उपयुक्ततावादाला अधिक वास्तववादी करण्याचा प्रयत्न मिलने केला.

५) मूल्यांना महत्त्व – मिलने त्याच्या विचारांमध्ये मूल्यांना महत्त्व दिले. स्वातंत्र्य,

समता, नैतिकता या गोष्टी उपयुक्त आहेत; म्हणून त्यांचा स्वीकार केला गेला पाहिजे. बेन्थॅमच्या मते, जी गोष्ट उपयुक्त आहे ती गोष्ट स्वीकारावी या विचारांना मिलने विरोध केला. त्याच्या मते काही गोष्टी महत्त्वाच्या असतात; त्या उपयुक्त असो किंवा नसो त्यांचा स्वीकार करावाच लागतो. उदा. स्वातंत्र्य हे एक मूल्य आहे; व ते आवश्यक आहे; म्हणूनच ते स्वीकारले गेले पाहिजे म्हणजेच उपयुक्तता हा निकष बेन्थॅम प्रत्येकाला लावतो. परंतु मिल मात्र त्यातील मूल्यांना महत्त्व देतो.

६) सुखाचे मोजमाप करता येत नाही - बेन्थॅमच्या मते, सुखाचे मोजमाप करता येते. मिल मात्र म्हणतो की, सुखाचे मोजमाप करता येत नाही; कारण सुख हे बाह्य घटकांबरोबरच अंतर्गत घटकांवरदेखील अवलंबून असते.

७) इतिहास व परंपरा यांच्यातील संबंध - बेन्थॅम म्हणतो की, ज्या गोष्टी उपयुक्त आहेत त्या सर्वांना समान उपलब्ध असल्या पाहिजेत त्यामुळे बेन्थॅमने तयार केलेली राज्यघटना जगातील सर्वच देशांमध्ये अमलात आणली जाईल असे त्याला वाटत होते. परंतु मिलने त्यामध्ये बदल केला. प्रत्येक देशाला स्वत:चा असा वेगळा इतिहास असतो, परंपरा असतात. सामाजिक, आर्थिक परिस्थिती वेगवेगळी असते. म्हणून प्रत्येक देशाची शासनसंस्था राज्यघटना त्या त्या देशाच्या परिस्थितीनुसार असली पाहिजे. म्हणजेच उपयुक्ततेच्या संदर्भामध्ये इतिहास व परंपरा यांचाही विचार मिल करतो.

८) सुख ही अंतर्गत व बाह्य प्रेरणा - बेन्थॅमच्या मते सामाजिक प्रतिष्ठा मिळविण्यासाठी, स्वर्गप्राप्तीसाठी, राजकीय हक्क प्राप्तीसाठी व्यक्ती प्रयत्न करते. म्हणजेच सुखाच्या प्राप्तीसाठी सामाजिक, धार्मिक, आर्थिक कारणे जबाबदार असतात. मिल म्हणतो की, बाह्य घटकांपेक्षा व्यक्तीची आंतरिक प्रेरणा महत्त्वपूर्ण असते. राष्ट्रासाठी बलिदान करण्यातून काहींना आत्मिक सुख मिळते. म्हणजेच यामुळे मानसिक घटक किंवा भावना महत्त्वपूर्ण असतात.

सारांश

मिलने बेन्थॅमच्या उपयुक्ततावादावरती होणाऱ्या टीकांना उत्तर देण्यासाठी त्यावरती संशोधन केले. परंतु हे संशोधन करत असताना त्याने पूर्णपणे उपयुक्ततावादी सिद्धान्तच बदलला. त्याला वास्तववादी रूप दिले. राजकीय उपयुक्ततावादाला त्याने नैतिकतेची जोड दिली. एकांगी सिद्धान्त मिलने पूर्ण केला. व्यक्तिसुखापेक्षा मिलने सामाजिक कल्याण श्रेष्ठ मानले. बेन्थॅमचा उपयुक्ततावाद त्याने पूर्णपणे नाकारला नाही. त्यातील यांत्रिकता दूर करून त्यामध्ये मानवता आणली. बेन्थॅमने केवळ मनुष्याच्या सुख-दुःखाचा विचार केला. मिलने मात्र बदललेल्या मानवी स्वभावाचा विचार मांडला. संस्कारातून स्वार्थ नियंत्रित करता येतो व नवनिर्मितीची क्षमता वाढविता येते, असे मिलने म्हटले; परंतु

मिलला व्यावहारिक बाजूकडे लक्ष देता आले नाही. ही उणीव मात्र सिद्धान्तामध्ये दिसते. अशाप्रकारे मिलचा उपयुक्ततावादी सिद्धान्त सांगता येतो.

ब) स्वातंत्र्याबाबतचे विचार

प्रस्तावना

जॉन स्टुअर्ट मिलने ऑन लिबर्टी (On Liberty) या ग्रंथामध्ये स्वातंत्र्य विषयक विचार मांडले आहेत. इंग्लंडमध्ये औद्योगिक क्रांती घडून आली. या औद्योगिक क्रांतीचे जसे चांगले परिणाम दिसू लागले तसे वाईट परिणाम देखील जाणवू लागले. कामगारांवरती होणाऱ्या अन्यायाला वाचा फोडण्यासाठी कामगार संघटना संघर्ष करू लागल्या; समाजामध्ये यातून अशांतता निर्माण झाली. औद्योगिक क्षेत्राच्या स्वातंत्र्यावरती मर्यादा घातल्या पहिजेत असे सरकारला वाटू लागले. यातून शासनसंस्थेचा आर्थिक जीवनामध्ये हस्तक्षेप वाढला. याचा परिणाम म्हणजे व्यक्तिस्वातंत्र्यावरती मर्यादा येऊ लागल्या. या पार्श्वभूमीवरती मिलने व्यक्तिस्वातंत्र्याचे समर्थन केले. व्यक्तीला तिच्या व्यक्तिमत्त्वाचा विकास करण्यासाठी स्वातंत्र्य आवश्यक असते. समाजाने व्यक्तीच्या जीवनात हस्तक्षेप केला नाही तर व्यक्तीला स्वतःचा विकास करता येतो. मिलने मांडलेली स्वातंत्र्याची संकल्पना उपयुक्ततावादाशी संबंधित आहे. सुख प्राप्त करण्याचा मार्ग स्वातंत्र्य आहे. स्वातंत्र्याचे रक्षण करणे किंवा त्याची हमी देणे हे केवळ व्यक्तीच्या सुखामध्ये भर घालणे असून सामाजिक कल्याणासाठी महत्त्वाचे आहे.

मिलचे स्वातंत्र्यासंबंधीचे विचार खालीलप्रमाणे -

इंग्लंडची संसद उपयुक्ततावादाच्या नावाखाली व्यक्तिस्वातंत्र्यावरती कायदेशीर बंधन घालत होती. व्यक्तिस्वातंत्र्यामध्ये हस्तक्षेप करत होती. सरकार आपले अधिकार वाढवू लागले तर हुकूमशाही निर्माण होईल. याचा परिणाम लोकशाही संपेल व व्यक्तिस्वातंत्र्याचा ऱ्हास होईल. या कारणासाठी मिलने व्यक्तिस्वातंत्र्यावरती बंधने घालणाऱ्या कायद्यांना विरोध केला.

मनुष्याला आपला विकास घडवून आणण्यामध्ये समाजामधून व राज्यामधून अडचणी निर्माण होऊ शकतात. या अडचणींना दूर करून विकास घडवून आणण्याची शक्ती स्वातंत्र्यामध्ये असते. व्यक्तीला आपल्या इच्छेनुसार कार्य करण्याचा अधिकार म्हणजे स्वातंत्र्य होय. परंतु या स्वातंत्र्याचे स्वैराचारामध्ये रूपांतर करू नये; म्हणून त्यावरती मर्यादा आवश्यक आहेत. राज्य व समाज यांच्यापेक्षा व्यक्तिला स्वतःचे हित चांगले समजते. म्हणूनच तिला कार्याची व विचारांची स्वतंत्रता असली पाहिजे. राज्य व समाजाने तोपर्यंत व्यक्तीवरती नियंत्रणे लादू नयेत की जोपर्यंत त्यांच्या वर्तनाचा दुसऱ्या कोणावरही वाईट परिणाम होणार नाही.

समाजाच्या हुकूमशाहीला देखील मिलने नकार दिला. समाजाच्या परंपरा, रूढी, प्रथा मान्य केल्या नाहीत तर समाज ते सहन करत नाही. परंतु त्यामुळे समाजाचा विकास होत नाही. येशू ख्रिस्त, सॉक्रेटिस यांनी समाजासाठी नवे विचार मांडले; परंतु समाजाने त्यांचे जीवनच हिरावून घेतले. परंतु आज त्यांचे विचार पटल्याने समाज त्यांचा गौरव करत आहे. मानवी प्रगतीसाठी स्वातंत्र्य आवश्यक आहे. विचारांमुळे जीवनामध्ये नावीन्य येते. प्रत्येक व्यक्ती स्वत:च्या बाबतीमध्ये सार्वभौम असते.

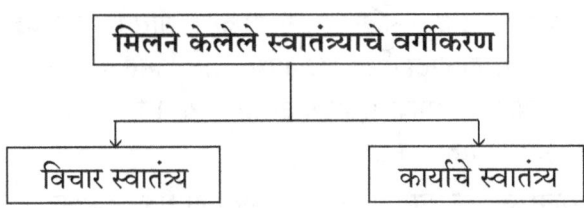

मिलने स्वातंत्र्याचे दोन प्रकार सांगितले. विचार व कार्याचे स्वातंत्र्य असे हे दोन प्रकार आहेत. मिलने प्रत्येक व्यक्तीच्या जीवनातील दोन दृष्टिकोन सांगितले आहेत.

१) व्यक्तिगत दृष्टिकोन - हा दृष्टिकोन तिच्या स्वत:च्या जीवनाकरिता महत्त्वाचा असतो; व तिच्या व्यक्तिगत जीवनापुरताच तो मर्यादित असतो.

२) सामाजिक दृष्टिकोन - हा दृष्टिकोन समाजाशी संबंधित असतो. यावरती आधारित व्यक्ती दोन प्रकारची कार्ये करते. स्वत:शी संबंधित अशी कार्ये व दुसऱ्यांशी संबंधित अशी कार्ये. प्रत्येकाच्या विकासावरतीच समाजाविकास आधारलेला असल्याने मिल प्रत्येक व्यक्तीला विचार करण्याचे व ते विचार मांडण्याचे स्वातंत्र्य देतो.

१) विचार स्वातंत्र्य (Freedom of Thought and Expression)

मिलच्या स्वातंत्र्यासंबंधीचा विचारातील महत्त्वपूर्ण भाग म्हणून विचार स्वातंत्र्याकडे पाहिले जाते. समाज किंवा राज्य कोणतेही बंधन विचारस्वातंत्र्यावरती घालू शकत नाही; कारण मानवी समाजाच्या प्रगतीसाठी विचारस्वातंत्र्य आवश्यक असते. मिलने व्यक्तीच्या या अधिकारावरती एक पूर्ण अध्याय लिहिला आहे. प्रत्येक व्यक्तीच्या व्यक्तिमत्त्वाचा विकास होण्यासाठी हे स्वातंत्र्य आवश्यकच आहे. व्यक्तीला विचारस्वातंत्र्य नाकारणे म्हणजे मानवी समाजाच्या प्रगतीच्या विरुद्ध जाणे होय. स्वातंत्र्याशिवाय सत्याचा शोध घेता येत नाही. प्रत्येक व्यक्तीचे मत सत्य, असत्य किंवा अर्धसत्य अशा कोणत्याही प्रकारचे असू शकते. मिलच्या मते, कोणत्याही प्रकारचा विचार असला तरी तो दाबून टाकू नये; कारण त्यामुळे सत्य शोधून काढता येत नाही. सत्याला अनेक बाजू असतात. खोटे बोलण्यावरती देखील बंधन घालू नये कारण खोट्याच्या तुलनेत सत्याची पारख अधिक चांगली होऊ शकते. समाजाच्या नैतिकतेसाठी वैचारिक स्वातंत्र्य असले पाहिजे.

मिलच्या मते व्यक्ती शहाणी असो किंवा मूर्ख असो तिचे विचार खरे असो किंवा खोटे असो त्याच्यावरती बंधन घालण्याचा अधिकार राज्य किंवा समाजाला नाही. संपूर्ण समाजाचे एकमत व एका व्यक्तीचे वेगळेपण तरीदेखील विरोधी मत असणाऱ्या एका व्यक्तीच्या मताला दाबून टाकता येणार नाही; कारण त्यातून मानवाच्या वर्तमान व भविष्य यांना एका सत्यापासून दूर ठेवले असे होईल.

मिलने विचार स्वातंत्र्याची सांगितलेली कारणे पुढीलप्रमाणे -

१) ऐतिहासिक घटना - सॉक्रेटिस, येशू ख्रिस्त, यांसारख्या तत्त्वज्ञानी व्यक्तींना लोकांनी मृत्यूदंड दिला. या ऐतिहासिक घटनांमधून असे दिसते की, ज्यांना लोक वाईट म्हणतात तेच भविष्यामध्ये समाज सुधारक ठरतात. त्यांचे विचार दाबून टाकल्यामुळे समाजाचे मोठ्या प्रमाणावरती नुकसान होते.

२) सत्याला अनेक बाजू - सत्य कोणत्याही एका व्यक्तीची किंवा गटाची मालकी किंवा जहागिरी असूच शकत नाही तर सत्याचे स्वरूप व्यापक असल्यामुळे त्याला अनेक बाजू असतात. कोणतीही एक गोष्ट सत्य आहे असे मानणे म्हणजे ती गोष्ट समजून न घेणे होय. संपूर्ण सत्य समजून घेण्यासाठी वेगवेगळ्या दृष्टिकोनांची गरज असते. हे भिन्न दृष्टिकोन एकमेकांच्या विरोधी नसून उपयोगीच असतात.

३) सत्याला प्रकाशात आणण्यासाठी - सत्याला प्रकाशात आणण्यासाठी किंवा त्याला उजाळा देण्यासाठी व ते अधिक दृढ करण्यासाठी विचारस्वातंत्र्याची आवश्यकता असते. वाद-विवादांच्या तर्कावरतीच सत्याची पारख होते. एकूणच समाजाला प्रगती करण्यासाठी विचारस्वातंत्र्य आवश्यक आहे; व ते राज्यसंस्थेने दिलेच पाहिजे. असे मिल म्हणतो.

४) बहुमताचा अन्याय दूर करण्यासाठी - बऱ्याच वेळा बहुसंख्याक लोक जे म्हणतात तेच सत्य असे होते. परंतु काही वेळेस बहुसंख्य लोकदेखील चुकू शकतात. प्रत्येकाला विचारांचे स्वातंत्र्य पाहिजे. समाजातील बहुसंख्याक लोक एखादी गोष्ट मानतात म्हणून ती सत्य असते असे म्हणणे चुकीचे आहे; उदा. १७ व्या शतकामध्ये सूर्य पृथ्वीभोवती फिरतो असे लोक म्हणत; गॅलिलिओ या विचारवंताने पृथ्वी सूर्याभोवती फिरते असे म्हटले त्यामुळे त्याला शिक्षा भोगावी लागली; याचा अर्थ बहुमताच्या विरोधी मत मांडले तर शिक्षा भोगावी लागते. म्हणून मिल म्हणतो की, बहुमताचा अन्याय दूर करायचा असेल तर व्यक्तीला विचारस्वातंत्र्य आवश्यक आहे.

५) अन्यायी सरकारपासून स्वतंत्र होण्यासाठी - अन्यायी सरकारपासून स्वतंत्र होण्याचा अधिकार जनतेला असावा. लोकशाहीमध्ये बहुमताची हुकूमशाही असते. राज्याप्रमाणे समाजदेखील रूढी, प्रथा, परंपरांच्या आधारे व्यक्तीच्या विकासामध्ये बाधा

आणत असतो. मिल म्हणतो की, समाजातील अनिष्ट प्रथा, परंपरांना विरोध व्हायला पाहिजे. यासाठी मिलने विचार व भाषण स्वातंत्र्याचा पुरस्कार केला.

२) कार्याचे स्वातंत्र्य (Freedom of Action)

मिलने स्वातंत्र्याचा दुसरा प्रकार सांगितला आहे. तो म्हणजे कार्याचे स्वातंत्र्य होय. कार्याचे स्वातंत्र्य ही विचारस्वातंत्र्याची बाह्य बाजू आहे. कार्यासंबंधीच्या स्वातंत्र्याशिवाय विचारस्वातंत्र्याला अर्थच उरणार नाही. ही दोन्ही स्वातंत्र्ये एकमेकांना पूरक आहेत. दुसऱ्याच्या आज्ञेप्रमाणे व्यक्ती कार्य करीत असेल तर ती व्यक्ती व गुलाम यामध्ये काहीच फरक राहत नाही. विचारस्वातंत्र्यावरती कोणत्याही प्रकारचे बंधन असता कामा नये असे मिल म्हणतो. परंतु कार्याच्या स्वातंत्र्यावरती मात्र तो बंधने घालतो.

मिलने व्यक्तीच्या कार्याचे दोन प्रकार सांगितले आहेत. ते खालीलप्रमाणे -

१) व्यक्तिगत कार्य - व्यक्तिगत कार्य याचा अर्थ जे कार्य व्यक्तीशी व्यक्तिगत संबंधित असते; राज्यसंस्थेने व्यक्तीच्या व्यक्तिगत कार्यामध्ये हस्तक्षेप करू नये. म्हणजेच व्यक्तीची स्वत:संबंधीची जी कार्ये आहेत त्यावर समाजाने किंवा राज्याने नियंत्रण ठेवू नये.

२) सामाजिक कार्य किंवा इतरांशी संबंधित कार्य - व्यक्तीच्या ज्या कार्याचा प्रभाव इतरांवर पडतो अशा कार्याला सामाजिक कार्य असे म्हटले जाते. मिल म्हणतो की, व्यक्तीच्या ज्या कार्यामुळे दुसऱ्याला हानी पोहोचते; अशा वेळी राज्यसंस्थेने त्यावरती बंधन घातले पाहिजे. समाजातील इतर व्यक्तींवरती व्यक्तीच्या वाईट कार्याचा प्रभाव पडत असेल तर राज्याने त्यामध्ये हस्तक्षेप करावा. दुसऱ्याचे स्वातंत्र्य नष्ट करून व्यक्तीला स्वातंत्र्य उपभोगण्याचा अधिकार नाही. सामाजिक क्षेत्राशी संबंधित कार्यांच्या बाबतीत राज्य हस्तक्षेप करू शकते. मिलच्या मते, समाज किंवा मानव दुसऱ्याच्या स्वातंत्र्यामध्ये तेव्हाच हस्तक्षेप करू शकतो; जेव्हा जीविताचे स्वातंत्र्य धोक्यात आलेले असते.

मनुष्याच्या चारित्र्य निर्मितीसाठी व सामाजिक विकासासाठी मिल म्हणतो की, व्यक्तीला कार्याची स्वतंत्रता असली पाहिजे. कायद्याने लादलेली एकता समाजकल्याणाच्या विरोधी आहे. मिल कार्याच्या स्वतंत्रतेवरती भर देताना असे म्हणतो की, प्रत्येक व्यक्तीमध्ये वेगळेपण व विविधता असते. व्यक्तीचा दृष्टिकोन वेगवेगळा असतो. त्यामुळे एकता निर्माण करणे अवघड आहे. म्हणजेच मिल भावना नसलेल्या एकतेच्या विरोधी होता. व्यक्ती स्वत:विषयी, तिच्या मतांविषयी सार्वभौम असते. परंतु तिच्या व्यक्तिगत कार्याने जर तिचे नुकसान होणार असेल तर त्यावरती बंधन घालण्याचा अधिकार तो राज्यसंस्थेला देतो. उदा. आत्महत्येने व्यक्तीचे स्वत:चे नुकसान होते; म्हणून राज्यसंस्थेने त्यावरती बंधन घातले पाहिजे. एखादी व्यक्ती दार बंद करून तिच्या

घरामध्ये संगीताचा, गाण्याचा, नाचण्याचा आनंद घेऊ शकते. परंतु त्यामुळे इतरांच्या स्वातंत्र्यात हस्तक्षेप होत असेल, इतरांना त्याचा त्रास होत असेल तर राज्यसंस्था त्यामध्ये हस्तक्षेप करून व्यक्तीच्या त्या स्वातंत्र्यावरती बंधने घालू शकते.

मिलने सांगितलेली स्वातंत्र्याची वैशिष्ट्ये किंवा लक्षणे खालीलप्रमाणे

१) व्यक्तिगत इच्छा व भावना यांना पूर्ण महत्त्व दिले पाहिजे.

२) समाजापेक्षा व्यक्तीला अधिक महत्त्व द्यायला पाहिजे.

३) मानवी विकासामध्ये अडथळा निर्माण करणाऱ्या परंपरा दूर केल्या पाहिजेत.

मिलने स्वातंत्र्याच्या संकल्पनेमध्ये काही तत्त्वे सांगितली. ती खालीलप्रमाणे

१) विवेकाच्या ऐवजी भावनेला अधिक महत्त्व दिले गेले पाहिजे.

२) समाजाच्या विकासासाठी स्वातंत्र्य आवश्यक असते.

३) मिलने रूढी, प्रथा, परंपरा यांना विरोध केला.

४) स्वातंत्र्य आणि जनतंत्र तो एकच समजत होता.

५) व्यक्तीच्या ज्या कार्याचा संबंध इतरांशी आहे त्या कार्याला तो राज्यसंस्थेचा हस्तक्षेप मान्य करतो.

६) स्वत:चे नुकसान न करणाऱ्या व स्वत:संबंधीच्या कार्यासाठी व्यक्ती सार्वभौम असते.

७) मिल स्वातंत्र्याचा उपयोग सुधारलेल्या किंवा पुढारलेल्या लोकांसाठीच आहे असे म्हणतो. मागासलेल्या लोकांना तो स्वातंत्र्य नाकारतो.

८) व्यक्तिगत वेगळेपणावरती मिल भर देतो. त्यामुळेच तो एकरूपतेला विरोध करतो.

मिलच्या स्वातंत्र्यासंबंधी विचारांवर टीका

१) मिलने व्यक्ती व समाज यांच्याकडे वेगवेगळ्या दृष्टिकोनातून पाहिले. राजकीय कायदे व्यक्तिस्वातंत्र्याच्या विरोधी नसतात; तर व्यक्तीला स्वातंत्र्य उपभोगता यावे म्हणून ते मदतच करत असतात. याकडे मिलने दुर्लक्ष केले.

२) व्यक्तीला व्यक्तिगत कार्यामध्ये पूर्ण स्वतंत्रता द्यावी असे मिल म्हणतो; परंतु व्यक्तीच्या व्यक्तिगत कार्यांमधून देखील इतर व्यक्तींवरती वाईट परिणाम होतो. म्हणजेच व्यक्तिगत कार्य व सामाजिक कार्य अशी विभागणी व्यवहारामध्ये योग्य ठरत नाही.

३) मिलच्या मते, व्यक्तीच्या एखाद्या कार्याने व्यक्तीचे नुकसान होत असेल तर राज्यसंस्थेने हस्तक्षेप करणे योग्य आहे, म्हणजेच व्यक्तीचे हित अहित कशात

आहे; हे सांगण्याच्या निमित्ताने राज्य व्यक्तीच्या प्रत्येक गोष्टीत हस्तक्षेप करेल.

४) समाजातील इतर व्यक्तिंबरोबर विकृत मनोवृत्तीच्या व्यक्तींना देखील तो स्वातंत्र्य देतो. यामुळे समाजाची प्रगती होण्याऐवजी अधोगतीच जास्त होईल.

५) मिलने स्वातंत्र्याचा पुरस्कार प्रभावीपणे केला. परंतु स्वातंत्र्य रक्षणासाठी कोणतीही उपाययोजना सांगितली नाही.

६) मिल स्वातंत्र्याबद्दल बोलतो. परंतु तो मागासलेल्या लोकांना किंवा राष्ट्रांना स्वातंत्र्य देत नाही.

७) मिलच्या स्वातंत्र्य सिद्धान्तामध्ये जबाबदारीचा आभाव दिसतो.

८) व्यक्तीच्या भिन्नतेवरती प्रत्येक वेळेस भर देता येणार नाही.

वरील टीका मिलच्या स्वातंत्र्यविषयक विचारांवरती होत असल्या तरीसुद्धा मिलने मांडलेली स्वातंत्र्याची संकल्पना महत्त्वपूर्ण आहे. व्यक्तीला विचार व कार्याचे स्वातंत्र्य मिल देतो. यातून व्यक्तीचा व समाजाचा विकास होऊ शकतो.

सारांश

व्यक्ती विकासासाठी स्वातंत्र्य आवश्यकच आहे. मिलचा विचार आजही महत्त्वपूर्ण आहे. आज जगातील बहुसंख्य देशांनी हा विचार स्वीकारलेला आहे. वैचारिक स्वातंत्र्याबरोबरच धार्मिक व संपत्तीचे स्वातंत्र्य दिलेले आहे. बहुमताच्या नावाखाली स्वातंत्र्य हिरावून घेतले जाऊ शकते. हा मिलचा विचार आजही महत्त्वाचा दिसतो. मिलच्या स्वातंत्र्यासंबंधीच्या विचारांनी मिलला जागतिक पातळीवरील एक महान विचारवंत म्हणून मान्यता मिळवून दिली. एकूणच मिलचे स्वातंत्र्यविषयक विचार आजही महत्त्वपूर्ण आहेत. अशाप्रकारे मिलचे स्वातंत्र्यासंबंधीचे विचार सांगता येतात.

क) प्रातिनिधिक सरकार व राज्याबाबतचे विचार

१) प्रातिनिधिक सरकारबाबतचे विचार

प्रस्तावना

मिलने अनेक विषयांवरती लिखाण केले. उपयुक्ततावाद, स्वातंत्र्य, प्रातिनिधिक सरकार यासंबंधीचे विचार महत्त्वपूर्ण आहेत. व्यक्ती विकासासाठी स्वातंत्र्य आवश्यक आहे. त्याचबरोबर नागरिकांनी शासन कार्यामध्ये प्रत्यक्ष भाग घेतला पाहिजे. प्राचीन काळात लोकसंख्या कमी किंवा मर्यादित होती. त्यामुळे प्रत्यक्ष लोकशाही पूर्णत: शक्य होती. परंतु आज आधुनिक काळात प्रचंड लोकसंख्या वाढलेली आहे. तसेच राष्ट्राची भौगिलिक व्याप्तीदेखील खूप मोठी आहे; त्यामुळे प्रत्यक्ष लोकशाही शक्य नाही. मिलच्या

मते, ज्या शासनप्रकारामध्ये संपूर्ण सत्ता समाजाच्या हातामध्ये असते. तोच शासनप्रकार उत्कृष्ट असतो. प्रत्यक्ष लोकशाही शक्य नसल्याने मिलने अप्रत्यक्ष लोकशाहीचा म्हणजे प्रातिनिधिक लोकशाही किंवा सरकारचे समर्थन केले आहे.

मिलच्या वेळी इंग्लंडमध्ये असलेल्या प्रातिनिधिक प्रजातंत्रामध्ये अनेक दोष निर्माण झाले होते. हे दोष दूर केल्याशिवाय लोकशाही प्रस्थापित होणार नाही असे मिलला वाटत होते. Representative Government या ग्रंथामध्ये मिलने प्रातिनिधिक सरकारबाबतचे विचार मांडलेले आहेत. तर Parliamentory Reforms या ग्रंथामध्ये संसदीय पद्धतीबाबत व त्यातील सुधारणांबाबत मत मांडले आहे. त्याचबरोबर लोकशाही व्यवस्थेतील दोषदेखील दाखविले आहेत व उपायही सुचविले आहेत. लोकांनी निवडून दिलेल्या प्रतिनिधिंच्या मार्फतच राज्याचे सरकार चालले पाहिजे. बुद्धिमान व प्रामाणिक व्यक्तींना लोकांनी निवडून दिले पाहिजे. प्रातिनिधिक सरकार बाबतच्या त्यांच्या विचारांमध्ये निवडणुकीला महत्त्वपूर्ण स्थान आहे.

मिलचे प्रातिनिधिक सरकार बाबतचे विचार खालीलप्रमाणे

१) अल्पसंख्याकांना प्रतिनिधित्व - समाजामध्ये जात, धर्म, भाषा, महिला, पुरुष अशा अनेक घटकांवरून अल्पसंख्याक व बहुसंख्याक अशी विभागणी केली जाते. लोकशाहीमध्ये बहुसंख्याकांना महत्त्व असते; कारण ते संख्येने जास्त असल्याने निवडणुकीच्या राजकारणामध्ये ते आपला प्रतिनिधी सहजपणे निवडून आणू शकतात. अल्पसंख्याकांना जर प्रतिनिधित्व दिले गेले नाही तर ती बहुमताची हुकूमशाही ठरते. इंग्लंडमध्ये त्या वेळी निवडणुकीच्या माध्यमातून अल्पसंख्याक निवडून येऊ शकत नव्हते. बहुमताला तो शासन करण्याचा अधिकार देतो. परंतु याचा अर्थ असा नाही की, अल्पसंख्याकांना संसदेमध्ये विचार व्यक्त करायला संधीच मिळू नये. अल्पसंख्याकांना देखील प्रतिनिधित्व मिळावे म्हणून मिलने प्रमाणशीर प्रतिनिधित्व पद्धतीचा पुरस्कार केला.

२) मतदारांची योग्यता - मिल म्हणतो की, लोकशाहीला सर्वांत जास्त धोका मूर्ख व अज्ञानी लोकांपासून असतो. मतदानाचा समान अधिकार सर्वांना दिला तर अयोग्य व्यक्ती स्वत:च्या स्वार्थ्यासाठी सार्वजनिक हिताचा बळी देतात; म्हणून मिल सर्वांना मतदानाचा अधिकार देण्यास तयार नाही. मतदानाचा अधिकार केवळ शिकलेल्या व्यक्तिलाच देण्यात यावा. ज्या व्यक्तीला किमान लिहिता-वाचता येत नाही किंवा साधारण गणिताचे देखील ज्ञान नाही, त्या व्यक्तीला मतदानाचा अधिकार देण्यात येऊ नये, असे मिलने म्हटले.

अशिक्षित व्यक्तीला मतदानाचा अधिकार मिल नाकारतो, त्याचबरोबर तो गुप्त

मतदान पद्धतीला देखील विरोध करतो. खुल्या मतदान पद्धतीने भ्रष्टाचाराला आळा घालता येईल, असे मिलचे मत होते. जी व्यक्ती कोणत्याही प्रकारचा कर भरत नाही ती व्यक्ती देखील मतदानाला अपात्र आहे, कारण कर भरणारी व्यक्तीच देशाचा पैसा व्यवस्थितरीत्या खर्च करू शकते. त्यामुळे गरीब किंवा ज्यांच्याकडे कसल्याही प्रकारचे आर्थिक साधन नाही त्या लोकांना मिल मतदानाचा अधिकार नाकारतो.

३) स्त्रियांना राजकीय अधिकार - पुरुषांप्रमाणे स्त्रियांनाही मतदानाचा अधिकार द्यावा असे मिलचे मत होते. केवळ लिंगभेदाच्या आधारावर तो व्यक्तीला राजकीय अधिकारांपासून वंचित ठेवू इच्छित नव्हता. स्त्रियांना मतदानाचा अधिकार नाकारणे म्हणजे जवळ जवळ अर्ध्या लोकसंख्येला राजकीय कायद्यामध्ये भाग घेण्यापासून वंचित करणे होय. राजकीय व सामाजिक क्षेत्रामध्ये तो स्त्रियांना स्वतंत्रता देतो. स्त्रियांना राजकीय अधिकार देण्यातूनच समाजाचा दर्जा उंचावू शकेल असे त्याचे मत होते.

४) बहुमताचा अधिकार - लोकशाहीमध्ये प्रत्येक व्यक्ती समान मानली जाते; पण ही गोष्ट मान्य करायला तयार नाही. सर्व व्यक्तिंना सारखेच मानल्यास केवळ संख्येला महत्त्व येते, गुणांना काही महत्त्व राहत नाही. संख्येला केवळ महत्त्व दिले जाते. हे मिल अमान्य करतो. मूर्ख व विद्वान यामध्ये मिल फरक करतो. त्यांना समान स्वरूपामध्ये मतदानाचा अधिकार देण्यास तो तयार नाही. त्याच्या मते मतदानाचा अधिकार देताना शिक्षण, बुद्धी यांचाही विचार करायला पाहिजे म्हणून तो सुशिक्षित व बुद्धिमान व्यक्तीला एकापेक्षा अधिक मत देण्याचा अधिकार द्यावा असे म्हणतो. सुशिक्षित व्यक्तिंना पाचपर्यंत मते देण्याचा अधिकार असावा यामुळे लोकशाहीमध्ये अशिक्षित व्यक्तींमुळे निर्माण होणारे दोष दूर करता येतील.

५) संसदेची रचना - मिलने एकगृही संसदेला विरोध करत द्विगृही संसदीय पद्धतीचा स्वीकार केला; कारण मिलच्या मते, सार्वभौम सत्तेचा वापर संसदेने विवेकानुसार करायला पाहिजे. एकगृही संसद बेजबाबदार पद्धतीने वागू शकते; एकूण संसदेची रचना द्विगृही असावी असे मिलचे मत होते.

६) संसदेचे कार्य - सरकारवरती नियंत्रण ठेवणे हे संसदेचे कार्य आहे, असे मिल म्हणतो. राज्याची सार्वभौम सत्ता प्रतिनिधी सभागृहामध्ये असते. वादविवाद करणे, विचार करणे व जनमत जाणून घेणे ही संसदेची महत्त्वाची कामे आहेत.

मिलने सांगितलेली संसदेची कार्ये खालीलप्रमाणे -

१) व्यक्तिविकासाला पोषक असे वातावरण तयार करण्यासाठी कायद्यांची निर्मिती करणे.

२) सरकारवरती पूर्ण नियंत्रण ठेवणे.

३) सरकारच्या कार्यावरती देखरेख ठेवणे.

४) सरकारच्या वाईट कृत्यांवरती टीका करणे.

५) विश्वासघातकी सरकारला पदावरून काढून टाकणे.

मिलच्या मते, संसदेने प्रशासकीय कार्यामध्ये पडू नये. संसदेमध्ये असलेल्या तज्ज्ञ व्यक्तींच्या समितीने कायदे तयार करावेत, मिल म्हणतो की, ''संसदेचे खरे कार्य प्रशासकीय प्रश्नांसंबधी निर्णय घेणे नसून निर्णय घेणाऱ्या व्यक्ती योग्य आहेत किंवा नाहीत या बाबतीमध्ये निर्णय घेण्याचे आहे.''

मिलचा लोकशाहीवरती पूर्ण विश्वास नव्हता. अशिक्षित व मागासलेल्या लोकांसाठी लोकशाही उपयोगी नाही. संख्येला महत्त्व देऊन गुणांकडे दुर्लक्ष करणारे तत्त्व मान्य नव्हते. त्याच्या मते खरी लोकशाही म्हणजे ज्यामध्ये संसदेची दोन गृहे असतात, बहुमत पद्धती असते. प्रमाणशीर प्रतिनिधित्व असते व राज्याचे कार्य कुशलतापूर्वक करू शकणाऱ्या कार्याचे स्वातंत्र्य असते. अशा प्रकारच्या लोकशाहीचे किंवा प्रजातंत्राचे मिलने समर्थन केले आहे.

मिलच्या प्रातिनिधिक सरकार संबंधीच्या विचारांवरील टीका -

१) मतदानाचा अधिकार देताना मिलने सांगितलेल्या कसोट्या लावल्या तर अर्ध्यापेक्षा जास्त लोकांना मतदानाच्या अधिकारापासून वंचित रहावे लागेल. भारतासारख्या देशामध्ये गणिताचे ज्ञान असणाऱ्या व्यक्ती फारच कमी मिळतील.

२) मिलने शिक्षणावरती भर दिला परंतु अनुभवाकडे दुर्लक्ष केले गेले. जीवनामध्ये यशस्वी होण्यासाठी अनेक वेळा शिक्षणापेक्षा अनुभवच उपयोगी पडतो.

३) अल्पसंख्यकांना प्रतिनिधित्व मिळवून देण्यासाठी त्याने सांगितलेली मतदान पद्धती फारच गुंतागुंतीची आहे. सामान्य जनतेच्या ती आवाक्याबाहेरची आहे. त्या पद्धतीमध्ये स्थायी सरकारवर निवडून न येण्याची भीती जास्त असते.

४) मिलने गुप्त मतदान पद्धतीला विरोध करून खुल्या मतदान पद्धतीचा पुरस्कार केला. खुली मतदान पद्धती म्हणजे संघर्षाला आव्हानच आहे. प्रत्यक्ष पद्धतीमध्ये व्यक्तीला स्वेइच्छेने मतदान करता येणे कठीण आहे.

५) गुणवत्तेप्रमाणे मतदानाचा अधिकार द्यावा असे तो म्हणतो परंतु व्यवहारात ते शक्य नाही.

६) मिल संसद सदस्यांना वेतन देण्याच्या विरोधी आहे; पण त्यांना वेतन न दिल्यास अनैतिक मार्गाने ते पैसा मिळविल्याशिवाय राहणार नाही.

वरील टीका त्याच्या विचारांवरती होत असल्या तरी सुद्धा मिलने दाखविलेले लोकशाहीतील दोष कोणालाच नाकारता येणार नाही त्यात सुधारणा होणे गरजेचे आहे.

सारांश

मिलचे प्रातिनिधिक सरकारबाबतचे विचार अतिशय दूरदृष्टीचे आहेत. लोकशाही यशस्वी करण्यासाठी आजही शिक्षणावरती भर देण्यात येत आहे. स्त्रियांना राजकीय अधिकार दिल्याने सर्व समाजघटकांना राजकीय प्रक्रियेमध्ये सामील करून घेता येते. एकूणच मिलने मांडलेले विचार आज जगातील अनेक देशांनी स्वीकारलेले दिसतात. अशाप्रकारे मिलचे प्रातिनिधिक सरकारबाबतचे विचार सांगता येतात.

२) राज्याबाबतचे विचार

मिलच्या मते, राज्य हा मानवी इच्छेचा परिणाम आहे. राज्याचा उदय सार्वजनिक कल्याणासाठी झाला आहे. राजकीय यंत्रणा स्वत: काम करत नाही; तर ती व्यक्तींद्वारे बनविली जाते व चालविली देखील जाते; व्यक्तींच्या सक्रिय सहभागाने ती चालते. राज्य चालविणाऱ्या व्यक्तींच्या गुणांनुसार राज्याचे स्वरूप ठरते.

मिलने सांगितलेले राज्याचे कार्यक्षेत्र

मिलने राज्याची दोन प्रकारची कार्ये सांगितली आहेत. रचनात्मक कार्ये व निषेधात्मक कार्ये अशी दोन प्रकारची कार्ये सांगितली आहेत. व्यक्तीला स्वतंत्रपणे विचार करता येऊन, सत्य शोधून काढण्यासाठी आवश्यक वातावरण निर्माण करणे हे राज्याचे कार्य आहे.

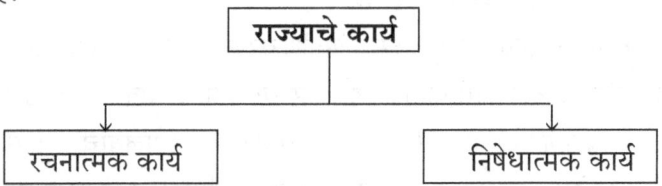

१) रचनात्मक कार्य -

व्यक्तिगत कार्यांमध्ये राज्याने हस्तक्षेप करू नये. परंतु काही वेळेस राज्यसंस्थेने हस्तक्षेप करावा. व्यक्तीच्या व्यक्तिमत्त्वाचा विकास व आदर्श चारित्र्याची निर्मिती स्वतंत्रतेच्या वातावरणातच होते. व्यक्तीसुखासाठी समाजाचे सुख आवश्यक नाही; कारण समाजातील सर्व व्यक्ती समान नाहीत. राज्य सर्व व्यक्तींचे जीवन आनंदी करू इच्छित असेल तर त्याने पहिल्यांदा भिन्नता दूर केली पाहिजे. राज्याला रचनात्मक कार्ये करावी लागत असल्यामुळे राज्याची राज्यघटना व्यक्ती विकासाला अनुकूल अशी असली पाहिजे.

शिक्षणाचा प्रसार करणे, औद्योगिक क्षेत्रासंबंधी नियम तयार करणे अशी रचनात्मक

कार्ये राज्यसंस्थेला करावी लागतात. समाजाच्या आर्थिक जीवनामध्ये राज्यसंस्थेचा हस्तक्षेप तो मान्य करतो. मिलने राज्यघटनेची व्याख्या केलेली आहे. मिलच्या मते, राज्यघटना म्हणजे, "व्यक्तीला बुद्धी व प्रामाणिकपणा स्वीकारायला लावणारे साधन म्हणजे राज्यघटना होय." समाजातील हुशार व बुद्धिमान लोकांना शासन कार्यामध्ये लावले जाते इतर कोणत्याही संघटनेपेक्षा तेथे त्यांचा प्रभाव जास्त निर्माण होतो.

२) निषेधात्मक कार्य

राज्यसंस्थेला रचनात्मक कार्याबरोबरच निषेधात्मक स्वरूपाची कार्ये देखील करावी लागतात. व्यक्ती व समाजावरती बंधन घालणारी जी कार्ये आहेत. त्यांना निषेधात्मक कार्य असे म्हणतात. समाजामध्ये अशांतता, अराजकता व अव्यवस्था निर्माण होऊ नये म्हणून राज्यसंस्थेने हस्तक्षेप करावा. व्यक्तिगत व सामाजिक कार्याची मर्यादा नष्ट होत असेल तर तो राज्याचा हस्तक्षेप न्याय्य ठरवितो. उदा. परीक्षेच्या काळामध्ये मोठ मोठ्याने गाणी लावली जात असतील व त्याचा अडथळा विद्यार्थ्यांच्या अभ्यासात येत असेल तर अशा वेळी राज्यसंस्था त्यावरती बंधन घालू शकते. याशिवाय दुष्काळ, युद्ध, बंड, आर्थिक व राजकीय संकट, दहशतवादी हल्ला अशा कोणत्याही प्रसंगी राज्यसंस्था बंधन घालू शकते.

वरील दोन कार्यांशिवाय राज्यसंस्थेला काही कार्ये करावीच लागतात. त्यांना आवश्यक कार्य असे म्हटले जाते. ती खालीलप्रमाणे -

१) परकीय आक्रमणापासून किंवा अंतर्गत उठावांपासून राज्याचे संरक्षण करणे; व त्यासाठी राज्याने सैन्य ठेवावे.

२) देशामध्ये शांतता व सुव्यवस्था निर्माण करण्यासाठी राज्याने पोलीसदल ठेवावे.

३) लोककल्याणकारी कायदे तयार करण्यासाठी राज्यात कायदेमंडळ असावे.

४) कायदा न पाळणाऱ्यांना शिक्षा करण्याकरिता न्यायालयाची स्थापना करावी.

५) व्यक्तीला तिचे महत्त्व, कार्य व स्थान यांची माहिती देण्यासाठी राज्याने प्रचाराचे कार्य करावे. वाईट गोष्टींच्या परिणामांकडे देखील लोकांचे लक्ष राज्यसंस्थेने वेधले पाहिजे.

वरील कार्ये सोडल्यास इतर कार्ये राज्यापेक्षा व्यक्तिच अधिक चांगल्या पद्धतीने करू शकते. मिलने राज्यसंस्थेचे कार्यक्षेत्र मर्यादित केले. परंतु कल्याणकारी राज्यसंस्थेमध्ये राज्याचे कार्यक्षेत्र हे सतत वाढतच असते.

सारांश

राज्य केवळ लोकांच्या इच्छेतून व सार्वजनिक कल्याणासाठीच उदयाला आलेले

आहे, असे मिल म्हणतो. राज्यसंस्थेचे कार्य स्पष्ट करीत असताना तो व्यक्तिवादाला विसरला नाही. व्यक्तीला व्यक्तिगत कार्यामध्ये राज्यसंस्थेने स्वतंत्रता दिलीच पाहिजे. परंतु समाजाशी संबंधित कार्यावरती बंधन टाकणारी कार्ये राज्यसंस्थेला करावी लागतात. त्यासाठीच कायदेमंडळ, न्यायदान मंडळ, लष्कर, पोलीस या यंत्रणा राज्यसंस्थेने निर्माण कराव्यात असे मिल म्हणतो. हीच राज्याची आवश्यक कार्ये आहेत. अशाप्रकारे मिलचे राज्यसंस्था विषयक विचार सांगता येतात.

प्रश्न

१) उपयुक्ततावादाबाबतचे जे. एस. मिलचे विचार स्पष्ट करा; किंवा जे. एस. मिलने उपयुक्ततावादामध्ये घातलेली भर स्पष्ट करा. किंवा मिलने उपयुक्ततावादामध्ये केलेला बदल स्पष्ट करा.

२) मिलचे स्वातंत्र्यासंबंधीचे विचार लिहा. किंवा मिलने केलेले स्वातंत्र्याचे वर्गीकरण सांगा.

३) प्रातिनिधिक शासनासंबंधीची मिलची संकल्पना स्पष्ट करा.

४) राज्यासंबंधीचे मिलचे विचार स्पष्ट करा. किंवा मिलने सांगितलेली राज्याची कार्ये स्पष्ट करा.

प्रकरण ५

कार्ल मार्क्स

(Karl Marx)

अ) ऐतिहासिक भौतिकवाद (Historical Materialism)
ब) वर्ग व वर्गसंघर्षाचा सिद्धान्त (Theory of Class and Struggle)
क) राज्य व क्रांतीचा सिद्धान्त (Theory of State and Revolution)

अल्प परिचय

जन्म : ५ मे १८१८, मृत्यू : १४ मार्च १८८३

बालपणापासूनच मार्क्स हा अत्यंत हुशार, चाणाक्ष व जिद्द असलेला होता. ऱ्हाइनलँडमधील बॉन शहरात मार्क्सचे महाविद्यालयीन शिक्षण झाले; तर बर्लिन विद्यापीठामध्ये त्याने कायदाशास्त्र व तत्त्वज्ञान यांचा अभ्यास केला. येथेच हेगेलच्या विरोधविकासवाद व फारबाखच्या भौतिकवादाचा त्याच्यावर प्रभाव पडला; नंतर तो साम्यवादाचा अभ्यास करण्यासाठी पॅरिसला गेला. त्याच्यावर प्राऊधा या विचारवंतांच्या विचारांचा प्रभाव पडला. त्याने 'इकॉनॉमिक ॲण्ड फिलॉसॉफिक मॅन्युस्क्रिप्ट्स ऑफ १८८४' हा ग्रंथ लिहिला. फ्रेडरिक एन्गल्सच्या विचारांचाही त्याच्यावर प्रभाव होता. भांडलवशाही व्यवस्था नष्ट करण्यासाठी त्याने आंतरराष्ट्रीय क्रांतिकारक चळवळीत भाग घेतला. भांडवलशाही व्यवस्था नष्ट झाल्याशिवाय मानवी समाजाची उभारणी शक्य नाही. हे करण्यासाठी जगातील कामगारांना संघटित होण्याचे आवाहन त्याने केले.

कार्ल मार्क्सने जे विचार मांडले त्या विचारांना 'शास्त्रीय समाजवाद' असे म्हटले जाते. मार्क्सच्या अगोदर समाजवादी विचारांची मांडणी केलेली होती. परंतु मार्क्सने त्याला शास्त्रीय स्वरूप देण्याचा प्रयत्न केला. 'इतिहासाचा भौतिक अन्वयार्थ' असा शब्दप्रयोग मार्क्सने वापरून ही एक अभ्यासपद्धती आहे, असे मत मांडले. दास कॅपिटल (कम्युनिस्टांचा जाहीरनामा), राजकीय अर्थशास्त्र, कम्युनिस्ट मेनिफेस्टो यासारखे ग्रंथ मार्क्सने लिहीले. आर्थिक घटक हेच पायाभूत घटक असतात; आर्थिक घटक बदलले की, राजकीय घटकांमध्ये बदल होतो ही मार्क्सची मूळ मांडणी आहे; म्हणूनच आर्थिक

व राजकीय विचारांमध्ये मार्क्सवादाला महत्त्वपूर्ण स्थान आहे. संपूर्ण राजकीय विचारांमध्ये राजकीय अर्थशास्त्राच्या दृष्टिकोनातून मार्क्सचे विचार महत्त्वाचे आहेत.

अ) ऐतिहासिक भौतिकवाद

प्रस्तावना

मानव आपल्या गरजा भागविण्यासाठी वस्तूंचे उत्पादन करतो. मानवाच्या गरजा जसजशा वाढत जातात, तसतसा उत्पादन साधनांचा शोध घेतला जातो. जुन्या उत्पादन साधनांमध्ये बदल करून नवीन उत्पादनाची साधने निर्माण होतात; यातून उत्पादन शक्तीमध्ये बदल होतो. जमीन, पाणी, कारखाना, बुद्धिमत्ता या घटकांना मार्क्सने भौतिक घटक म्हटले आहे. हे घटक अर्थव्यवस्थेचे पायाभूत घटक आहेत किंवा पाया आहेत. मार्क्सच्या पूर्वी हेगेल या विचारवंताने अशाप्रकारचे विचार मांडले होते परंतु तो वैचारिक घटकांना पायाचे घटक म्हणजेच आधारभूत घटक म्हणत होता. मार्क्स म्हणतो की, ''हेगेल डोक्यावरती उभा होता त्याला मी सरळ पायावरती उभे केले.'' याचा अर्थ वैचारिक घटक हे पायाचे घटक नसून ते इमल्याचे घटक आहेत. आर्थिक घटक हेच पायाभूत घटक आहेत. हा विचार मार्क्सने ऐतिहासिक भौतिकवादामध्ये मांडला आहे. ऐतिहासिक भौतिकवादाचा विचार मांडताना विरोध विकास वाद (द्वंद्वात्मक पद्धती) हा विचार मांडला. वाद-प्रतिवाद व सुसंवाद याला मार्क्सने विरोध विकासवाद किंवा द्वंद्वात्मक पद्धती असे म्हटले आहे.

मार्क्सचा विरोध विकासवाद (द्वंद्वात्मक पद्धती)

वाद-प्रतिवाद व सुसंवाद या माध्यमातूनच समाजामध्ये बदल होतो किंवा कोणतीही नवीन गोष्ट यामधूनच उदयाला येते. उदा. एखाद्या झाडाला कळी येणे हा वाद आहे; तर त्या कळीचे फुलामध्ये रूपांतर होणे हा प्रतिवाद आहे व फूल गळून जाण्याची प्रक्रिया म्हणजे सुसंवाद आहे. समाजामध्ये भांडवलदार व कामगार या वर्गाचा उदय म्हणजे वाद होय. कामगार व भांडवलदार यांच्यातील संघर्ष म्हणजे प्रतिवाद होय, यातून कामगार वर्गाच्या हाती सत्ता येणे हा सुसंवाद होय. जगातील कोणत्याही विकसित, विकसनशील किंवा अविकसित देशांमध्ये देखील याच पद्धतीने बदल घडून येतो.

मार्क्सने ऐतिहासिक भौतिकवाद सिद्धान्त युरोपमध्ये मांडला. इतिहासाच्या प्रत्येक टप्प्यावरती उत्पादन साधने उदयाला येतात. यातून समाजामध्ये वर्ग अस्तित्वात येतात. उत्पादन साधनांमध्ये बदल झाला की, राज्यकर्त्या वर्गामध्ये देखील बदल होतो. हे इतिहासाच्या आधारे मार्क्सने स्पष्ट केले आहे, यालाच मार्क्सचा ऐतिहासिक भौतिकवाद असे म्हटले आहे. इतिहास हा भौतिक घटकांवरती आधारलेला असतो. हा मार्क्सच्या

मांडणीतील मुख्य गाभा आहे. हा विचार केवळ युरोपच्या इतिहासाचे टप्पे सांगण्यासाठी मार्क्सने मांडलेला नसून जगातील इतर देशांच्या इतिहासाचे देखील या पद्धतीने विश्लेषण करता येईल. इतिहासाच्या प्रत्येक टप्प्यावरील आर्थिक संबंध समजले की, राजकीय संबंध देखील समजून घेता येतील.

इतिहासाचे टप्पे

कार्ल मार्क्सने इतिहासाची भौतिक मीमांसा करताना इतिहासाचे टप्पे सांगितले आहेत. अतिप्राचीन, प्राचीन, मध्य, आधुनिक व साम्यवादी युग असे इतिहासाचे टप्पे पाडता येतात; व या प्रत्येक टप्प्यामध्ये उत्पादन साधने कोणती होती, त्यावरती आधारलेले उत्पादन संबंध कसे होते, व त्यातून राज्यकर्ता वर्ग कसा बदलला याचे विश्लेषण मिळते.

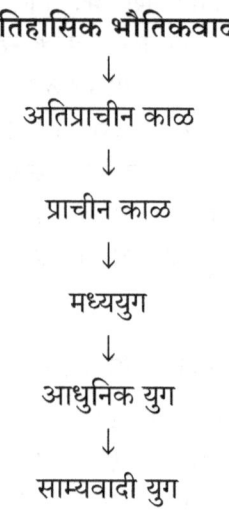

ऐतिहासिक भौतिकवाद
↓
अतिप्राचीन काळ
↓
प्राचीन काळ
↓
मध्ययुग
↓
आधुनिक युग
↓
साम्यवादी युग

१) अतिप्राचीन काळ

मार्क्सने इतिहासाचे वेगवेगळे टप्पे सांगितले आहेत. त्यातील पहिला टप्प्यामध्ये अतिप्राचीन कालखंड होय. इतिहासाच्या या टप्प्यावरती उत्पादनशक्ती व उत्पादनसंबंध यांचा उदय झालेला नव्हता. मार्क्सच्या मते, या टप्प्यामध्ये प्राथमिक अवस्थेतील साम्यवाद होता. निसर्गामध्ये ज्या गोष्टी उपलब्ध होत्या त्यावरतीच मनुष्य उदरनिर्वाह करीत होता. सर्व नैसर्गिक साधनसंपत्तीवरती सर्वांची समान मालकी होती. गरीब-श्रीमंत, शोषक-शोषित उत्पादन साधनांवरती मालकी असणारा व नसणारा असे वर्गच अस्तित्वात नव्हते. त्यामुळे मार्क्सच्या मते, ही अवस्था आदर्श होती.

७२ । पाश्चिमात्य राजकीय विचारवंत

२) प्राचीन काळ किंवा कालखंड

मार्क्सने प्राचीन काळ हा इतिहासाचा दुसरा टप्पा सांगितला आहे. इतिहासाच्या या टप्प्यावरती मानवी गरजांचा उदय झाला. या गरजा भागविण्यासाठी नव्या उत्पादन साधनांचा शोध सुरू झाला. इतिहासाच्या या टप्प्यावरती प्राण्यांची शिकार करण्यासाठी दगडी व लाकडी हत्यारांचा शोध लावला गेला. शिकारीची ही नवीन पद्धत अस्तित्वात आली. परंतु, ही हत्यारे ज्यांच्या मालकीची होती असे मोजकेच लोक होते; यातून हत्यारे असणारा व हत्यारे नसणारा असे दोन वर्ग अस्तित्वात आले. त्यांचे संबंध शोषक व शोषित असे होते. हत्यार हे उत्पादन साधन होते. या उत्पादन साधनांवरती मालकी असणारा शोषक वर्ग तर मालकी नसणारा शोषित वर्ग होता. मार्क्स म्हणतो की, इतिहासाच्या या टप्प्यावरती मानवाला गुलामगिरीमध्ये टाकण्याची प्रक्रिया सुरू झाली. ज्या वर्गाकडे हत्यारे नव्हती तो वर्ग गुलाम बनला. हत्यारे असणारा वर्ग मोठ्या प्रमाणावरती गुलामांचे शोषण करू लागला. त्यांच्यामध्ये मालक-मजूर संबंध निर्माण झाले. या टप्प्यावरती हत्यारे असणारा वर्ग सत्ताधारी बनला; व हत्यारे नसणारा वर्ग सत्ताहीन बनला.

३) मध्ययुग किंवा सरंजामशाही

मार्क्सने इतिहासाचा तिसरा टप्पा म्हणून मध्ययुग सांगितला आहे. इतिहासाच्या या टप्प्यामध्ये जमीन हे उत्पादनाचे साधन बनले. एका व्यक्तीच्या मालकीच्या हजारो एकर जमिनी होत्या. त्या जमिनींवरती मालकी असणाऱ्या वर्गाला जमीनदार किंवा सरंजामदार म्हटले गेले. ज्याच्याकडे जमीन नव्हती तो दुसऱ्याच्या जमिनीवरती कष्ट करत होता. त्याला भूदास किंवा कूळ किंवा मजूर म्हटले गेले. या टप्प्यामध्ये जमीनदारवर्ग श्रीमंत होता. त्यामुळे तो राज्यकर्ता वर्ग बनला, तो मजुरांचे शोषण करित होता. त्यामुळे जमीनदार शोषक तर मजूर शोषित वर्ग होता. या दोन्ही वर्गांचे संबंध हे शोषणावरती आधारलेले होते.

४) आधुनिक युग किंवा कालखंड

मार्क्सने इतिहासाचा हा चौथा टप्पा सांगितला आहे. या टप्प्यामध्ये कारखाना हे उत्पादनाचे साधन बनले. या उत्पादन साधनावरती आधारलेले भांडवलदार व कामगार असे दोन वर्ग उदयाला आले. कारखाना हे उत्पादनाचे साधन ज्याच्या मालकीचे होते त्याला 'भांडवलदार वर्ग' म्हटले गेले. जो आपली श्रमशक्ती विकत होता व त्या मोबदल्यामध्ये त्याला वेतन मिळत होते. त्यास कामगार वर्ग असे म्हटले गेले. भांडवलदार वर्ग कामगारांचे आर्थिक शोषण करित होता. इतिहासाच्या या टप्प्यावरती भांडवलदार वर्ग शोषक होता तर कामगार वर्ग शोषित होता. भांडवलदार वर्गाने आपले हितसंबंध

जपण्यासाठी वेगवेगळ्या संघटना स्थापन केल्या, राज्यसंस्था देखील ताब्यात घेतली. राज्यसंस्था कामगार वर्गाच्या शोषणाचे प्रतीक आहे असे मार्क्स म्हणतो.

५) साम्यवादी युग किंवा अवस्था

ऐतिहासिक भौतिक वादाचा शेवटचा किंवा अंतिम टप्पा म्हणून मार्क्स साम्यवादी युग हा टप्पा सांगतो. इतिहासाच्या या टप्प्यावरती भांडवलदार व कामगार यांच्यात संघर्ष निर्माण होईल; कारण भांडवलदार वर्ग कामगार वर्गाचे शोषण करतो. कामगार या शोषणाच्या विरोधामध्ये संघर्ष करेल. या संघर्षात किंवा क्रांतीमध्ये भांडवलदार वर्ग पराभूत होईल व कामगार वर्गाचा विजय होईल. भांडवलदार वर्गाच्या हातातील राज्यसंस्था कामगार वर्ग स्वत:च्या हातामध्ये घेईल. उत्पादन साधनांवरती कामगार वर्ग स्वत:ची मालकी प्रस्थापित करेल, यालाच मार्क्सने साम्यवादी अवस्था असे म्हटले आहे; कारण उत्पादन साधनांवरती कोणत्याही वर्गाची मालकी न राहता सर्वांची मालकी असेल. शोषक व शोषित असा वर्गच असणार नाही वर्गविहीन समाजरचना अस्तित्वात येईल. कामगार वर्ग गुलामगिरीतून मुक्त होईल. समता प्रस्थापित होईल; अशावेळी राज्यसंस्थेची गरजच उरणार नाही.

वाद, प्रतिवाद व सुसंवाद या माध्यमांतूनच समाजव्यवस्थेमध्ये बदल होतो. या बदलाला भौतिक घटक कारणीभूत असतात. इतिहासाच्या प्रत्येक टप्प्यावरती उत्पादन साधने उदयाला येतात. यातून नवे वर्ग निर्माण होतात. उत्पादन साधनांमध्ये बदल झाला की, वर्गांमध्ये देखील बदल होतो. हेच मार्क्सने ऐतिहासिक भौतिकवादातून स्पष्ट केले आहे.

ऐतिहासिक भौतिकवादाचे टीकात्मक मूल्यमापन

मार्क्सने भौतिक दृष्टिकोनातून केलेली इतिहासाची मीमांसा जरी जगातील बदलाचे स्पष्टीकरण करण्यासाठी उपयुक्त असली तरी सुद्धा या त्याच्या विचारांवरती अनेक विचारवंतांनी टीका केल्या आहेत. त्या टीका खालीलप्रमाणे -

१) केवळ भौतिक घटकांना महत्त्व - मार्क्सने मांडलेला ऐतिहासिक भौतिकवाद सिद्धान्त केवळ भौतिक घटकांना महत्त्व देतो. सामाजिक, सांस्कृतिक तसेच इतर अन्य घटकांकडे दुर्लक्ष करतो.

२) युरोप केंद्रित - हा सिद्धान्त मांडताना मार्क्सने केवळ युरोपच्याच इतिहासाचा अभ्यास केला. जगातील इतर देशांच्या इतिहासाचा अभ्यास केलेला दिसत नाही.

३) नेतृत्वाकडे दुर्लक्ष - समाजव्यवस्थेमध्ये बदल होत असताना नेतृत्वाची भूमिका महत्त्वाची असते. परंतु मार्क्सने याकडे दुर्लक्ष केलेले दिसते.

४) केवळ संघर्षाला महत्त्व - मार्क्स त्याच्या ऐतिहासिक भौतिकवाद सिद्धान्तामध्ये केवळ संघर्षावरती भर देतो. परंतु आधुनिक लोकशाहीवादी राष्ट्रे संघर्षापेक्षा सहकार्यावरती जास्त भर देत आहेत.

सारांश

मार्क्सचा ऐतिहासिक भौतिकवाद सिद्धान्त टीकास्पद होत असला तरी सुद्धा उत्पादन साधन व वर्ग यांच्यातील संबंध मार्क्सने दाखवून दिला आहे. आर्थिक घटक हेच मूलभूत घटक असतात; व त्यामध्ये बदल झाला की, समाजव्यवस्था व राज्यव्यवस्था यामध्ये बदल होतो. म्हणजेच, उत्पादन व्यवस्था, राज्यव्यवस्था व समाजव्यवस्था यांच्यातील सहसंबंध मार्क्सने दाखवून दिला. द्वंद्वात्मक पद्धतीने समाजव्यवस्थेमध्ये बदल होतो. हा विचारही महत्त्वपूर्ण आहे. मार्क्सने इतिहासाकडे पाहण्याची एक नवी भौतिक दृष्टी दिली. राजकीय अन्वयार्थ स्पष्ट करण्यासाठी आर्थिक घटकांचा अभ्यास करावा लागतो. हा मार्क्सचा विचार देखील राज्यशास्त्राच्या दृष्टीने महत्त्वपूर्ण आहे. अशाप्रकारे कार्ल मार्क्सचे ऐतिहासिक भौतिकवादाबाबतचे विचार सांगता येतात.

ब) वर्ग व संघर्षाचा सिद्धान्त

प्रस्तावना

कार्ल मार्क्सने आपले विचार जर्मनीमध्ये मांडले असले तरी सुद्धा संपूर्ण जगाला लागू होतील असे विचार त्याने मांडले आहेत. मार्क्सने वर्ग, गट व स्तर असे शब्दप्रयोग वापरले आहेत. सर्वसामान्यपणे समान अर्थाने हे शब्द वापरले जातात. परंतु मार्क्सने वर्ग हा शब्द अत्यंत काटेकोरपणे वापरला आहे. मार्क्सच्या मते हे, इतिहासाचा आधार भौतिकवाद आहे; व ऐतिहासिक भौतिकवादाचा एक भाग म्हणजे वर्गसंघर्ष आहे. प्रत्येक समाजामध्ये दोन परस्परविरोधी वर्ग असतात. आपल्या हिताचे रक्षण करताना या वर्गांमध्ये संघर्ष होतो व यातूनच समाजाचा विकास होतो.

मार्क्सने वर्ग ही संकल्पना स्पष्ट करण्यासाठी वर्गाचे काही निकष सांगितले आहेत. ते निकष तो गट पूर्ण करीत असेल तर मार्क्स त्या गटाला 'वर्ग' म्हणतो. मार्क्सने जे वर्गाचे निकष सांगितले आहेत ते खालीलप्रमाणे -

१) आपण एक आहोत ही जाणीव त्या वर्गामध्ये असली पाहिजे.

२) आपला शत्रू कोण, हे त्या गटाला माहिती असले पाहिजे.

३) त्या गटाने संघटना स्थापन केलेली असावी.

४) त्या संघटनेमध्ये ऐक्य असावे.

५) तो गट क्रांती करण्यास तयार असला पाहिजे.

हे वरील पाच निकष जो गट पूर्ण करेल; त्या गटाला मार्क्स 'वर्ग' म्हणतो. या निकषांच्या आधारे मार्क्सने समजाव्यवस्थेतील वर्ग स्पष्ट केले आहेत. ते वर्ग खालीलप्रमाणे -

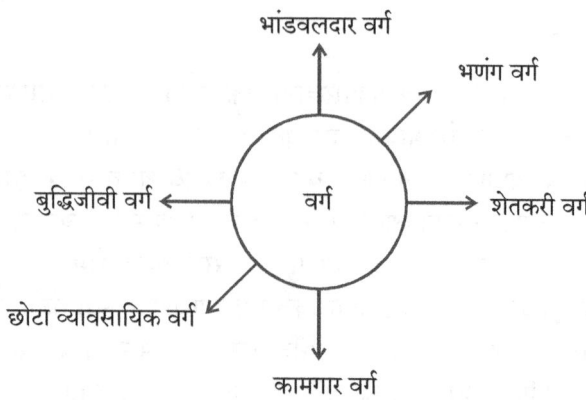

१) भांडवलदार वर्ग : मार्क्सने समाज व्यवस्थेतील भांडवलदारांच्या गटाला वर्ग म्हटले आहे; कारण हा गट मार्क्सने सांगितलेले वर्गाचे निकष पूर्ण करतो. आपण कोण आहोत ही जाणीव भांडवलदार वर्गामध्ये असते. आपला शत्रू कोण आहे हे त्यांना समजते. आपले हितसंबंध संघटनेच्या मार्फत पूर्ण करता येतात. याची जाणीव असल्याने भांडवलदारांची संघटना देखील असते. त्यांच्यामध्ये ऐक्य असते; व प्रसंगी संघर्ष करण्यास देखील ते तयार असतात. उत्पादन साधनांवरती मालकी असणारा व अतिरिक्त मूल्य ज्यांच्याकडे जाते अशा वर्गाला मार्क्स 'भांडवलदार वर्ग' असे म्हणतो. राज्यसंस्थेवरती देखील या वर्गाचे नियंत्रण असते.

२) कामगार वर्ग : जो स्वत:ची श्रमशक्ती विकतो व त्या मोबदल्यात त्याला वेतन मिळते त्यास मार्क्स 'कामगार वर्ग' असे म्हणतो. कामगारांना देखील आपल्या अस्तित्वाची ओळख असते. आपला शत्रू भांडवलदारच आहे, हे त्यांना कळते, त्यासाठी ते 'कामगार संघटना' देखील स्थापन करतात व यामार्फत भांडवलदार वर्गाच्या विरोधामध्ये क्रांती करण्यास देखील तयार असतात. भांडवलदार वर्गाने निर्माण केलेली व्यवस्था व शोषण प्रधान राज्यसंस्था नष्ट करण्यावरती कामगार वर्गाचा भर असतो. उत्पादन साधनांवरती कामगार वर्ग मालकी प्रस्थापित करेल कामगार वर्ग हाच खरा क्रांतीचा नेता असेल असे मार्क्स म्हणतो.

३) शेतकरी वर्ग : मार्क्स म्हणतो की, शेतकरी वर्ग एकत्रित राहात नाही. त्यांचे आर्थिक शोषण होते. आपला शत्रू कोण आहे. हे देखील त्यांना निश्चित सांगता येत नाही. परंतु त्यांच्यामध्ये आपण कोण आहोत याची जाणीव त्यांना असते तसेच संघर्ष

करण्याची तयारी असते. मार्क्स म्हणतो की, हा वर्ग क्रांतीचे नेतृत्व करू शकत नाही. परंतु क्रांतीच्या वेळी हा वर्ग कामगार वर्गाच्या बाजूने उभा राहतो. त्यामुळे तो कामगार वर्गाचा मित्र व भांडवलदार वर्गाचा शत्रू ठरतो.

४) बुद्धिजीवी वर्ग : डॉक्टर, वकील, इंजिनिअर, संशोधक, प्राध्यापक, पत्रकार या सर्वांचा समावेश मार्क्सने बुद्धिजीवी वर्गामध्ये केलेला आहे. मार्क्सच्या मते, भांडवलदार वर्गाने स्थापन केलेल्या संस्था व संघटनांमध्ये हा वर्ग काम करित असतो. बुद्धिजीवी वर्ग भांडवलदार वर्गावरती अवलंबून असतो. वर्ग संघर्षामध्ये हा वर्ग भांडवलदारांची बाजू घेतो, त्यांना मदत करतो.

५) भणंग वर्ग : मार्क्सने भणंग वर्ग हा एक वर्गाचा प्रकार सांगितला आहे. फेरीवाले, मटकेवाले, लॉटरीवाले, जुग़ार खेळणारे, भंगार विकणारे या सर्वांचा समावेश मार्क्सने भणंग वर्गामध्ये केला आहे. या वर्गाला उत्पन्नाचे कोणतेही साधन नसते. हा वर्ग भांडवलदार वर्गाकडून मिळणाऱ्या पैशांवरती उदरनिर्वाह करतो. पैसे मिळाले की, ताबडतोब खर्च करण्यावरती या वर्गाचा भर असतो. त्यामुळे पैसे संपले की, त्यांना पुन्हा लगेच पैसे हवे असतात. तेही कोणत्याही प्रकारचे श्रम न करता. भांडवलदार वर्ग या वर्गाला पैसा पुरवितो. हा वर्ग कामगारांच्याच वस्तीमध्ये राहतो. कामगार वर्गामध्ये चाललेल्या चर्चा, गुपिते तो भांडवलदार वर्गाला सांगतो म्हणूनच भणंग वर्गाला भांडवलदार वर्गाचे गुप्तहेर असे म्हटले जाते. वर्ग संघर्षामध्ये हा वर्ग नेहमीच भांडवलदार वर्गाच्या बाजूने तर कामगार वर्गाच्या विरोधात कार्य करतो.

६) छोटा व्यावसायिक वर्ग : छोटा व्यावसायिकांचा वर्ग हा नेहमीच मोठ्या भांडवलदार वर्गावरती अवलंबून असतो. वर्ग संघर्ष किंवा क्रांतीच्या वेळी हा वर्ग कामगार वर्गाच्या विरोधामध्ये मोठ्या भांडवलदार वर्गाच्या बाजूने उभा राहतो.

वर्ग संघर्ष

कार्ल मार्क्सने भांडवलदार, कामगार, शेतकरी, बुद्धिजीवी व छोट्या व्यावसायिकांचा वर्ग असे वर्ग सांगितले आहेत. हे समाजव्यवस्थेमध्ये वर्ग असले तरी सुद्धा कामगार व भांडवलदार हे दोनच मुख्य वर्ग असतील व या दोन वर्गांमध्ये जो संघर्ष होईल त्यास मार्क्सने 'वर्ग संघर्ष' असे म्हटले आहे. या वर्ग संघर्षामध्ये म्हणजेच क्रांतीमध्ये नेतृत्व कामगार वर्ग करेल. भांडवलदार वर्गाच्या ताब्यातील उत्पादन साधनांवरती तसेच शासन यंत्रणेवरती कामगार स्वत:चे नियंत्रण प्रस्थापित करेल. जोपर्यंत उत्पादन साधनांवरती समाजाची किंवा राष्ट्राची मालकी प्रस्थापित होत नाही; तोपर्यंत वर्ग संघर्ष सुरूच राहील. या टप्प्यामध्ये कामगार वर्गाची हुकूमशाही असेल. राज्यसंस्था भांडवलदारांचे हित जपण्यासाठी उदयाला आलेली असल्याने तिचे स्वरूप वर्गीय असते. समाजव्यवस्थेतील

वर्गच नष्ट झाल्याने राज्यसंस्थेची गरजच राहणार नाही. राज्यसंस्था देखील नष्ट होईल. कामगार वर्गाची हुकूमशाही देखील नष्ट होऊन साम्यवादी अवस्था किंवा वर्गविहीन समाजरचना अस्तित्वात येईल.

सारांश

कार्ल मार्क्सने वर्ग संकल्पनेचे निकष सांगून समाजातील वर्ग स्पष्ट केले. समाजात इतर वर्ग असले तरी सुद्धा भांडवलदार व कामगार हे दोनच वर्ग मुख्य असतात. यांच्यातील संघर्ष हा वर्ग संघर्ष असतो. या वर्ग संघर्षामध्ये कामगार वर्गाचा विजय होतो. यातून समाजव्यवस्थेमध्ये समाजवादी समाजरचना अस्तित्वात येते. अशाप्रकारे मार्क्सची वर्ग संकल्पना स्पष्ट करून वर्ग संघर्ष सिद्धान्त सांगता येतो.

क) राज्य व क्रांतीचा सिद्धान्त

राज्यविलय सिद्धान्त

प्रस्तावना

कार्ल मार्क्स हा विचारवंत शास्त्रीय समाजवादाचा जनक म्हणून ओळखला जातो. तसाच तो अराज्यवादी विचारवंत म्हणून देखील ओळखला जातो. मार्क्सने राज्यसंस्थेला विरोध केला म्हणून तो अराज्यवादी विचारवंत म्हणून ओळखला जातो. मार्क्सने राज्यसंस्थेवरती टीका करून राज्यसंस्थाविषयक असणारे सर्व सिद्धान्त नाकारले. राज्यसंस्था ही देवाने निर्माण केलेली संस्था आहे तसेच ती शांतता व सुव्यवस्था प्रस्थापित करणारी एक यंत्रणा आहे. या विचारांना मार्क्सने विरोध केला. राज्यसंस्था ही उत्पादन शक्तींवरती आधारलेली असते. तसेच ती उत्पादन संबंध टिकवून ठेवण्याचा प्रयत्न करते. राज्यसंस्था वर्गीय हितसंबंध जपण्यासाठीच उदयाला आलेली असते. म्हणजेच ती वर्गीय असते; म्हणून ती नष्ट केली पाहिजे. या मार्क्सच्या विचारांना राज्यविलय सिद्धान्त असे म्हणतात.

मार्क्सचा राज्यविलय सिद्धान्त खालीलप्रमाणे

मार्क्सने पाया व इमला या दोन संकल्पनांच्या आधारे राज्यसंस्था विषयक विचार मांडले आहेत. पाया भौतिक घटकांवरती आधारित असतो. जमीन, पाणी, कारखाना, तंत्रज्ञान यांना मार्क्सने पाया किंवा भौतिक घटक म्हटले आहे तर इमल्याचे घटक म्हणजे राज्यसंस्था, पोलीस, लष्कर, तुरुंग, न्यायालये, कायदा हे सांगितले आहेत. मार्क्सच्या मते, पायावरतीच इमला आधारलेला असतो. पायाचे म्हणजेच भौतिक घटक बदलले की, इमल्याच्या घटकांमध्ये देखील बदल होतो; म्हणून पाया व इमला यांच्यामध्ये परस्परांवरती क्रिया करणारे संबंध असतात.

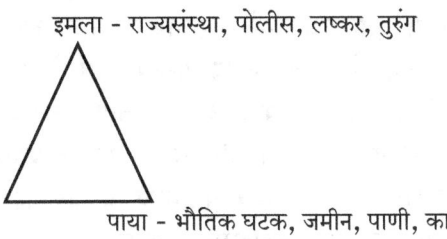

इमला - राज्यसंस्था, पोलीस, लष्कर, तुरुंग

पाया - भौतिक घटक, जमीन, पाणी, कारखाना

वरील आकृतीवरून असे स्पष्ट होते की, राज्यसंस्था हा इमल्याचा घटक आहे तर भौतिक घटक हे पायाचे घटक आहेत. भौतिक घटकांमध्ये बदल झाला की, राज्यसंस्थेमध्ये देखील बदल होते.

मार्क्सचे राज्यसंस्था विषयक विचार खालील मुद्द्यांच्या आधारे स्पष्ट करता येतात.

१) मार्क्सने प्रस्थापित राजकीय विचारांचा प्रतिवाद केला – मार्क्सच्या अगोदर जे राज्यसंस्थाविषयक विचार मांडले गेले होते. त्या विचारांना मार्क्सने विरोध केला. हेगेल, जॉन लॉक, थॉमस हॉब्ज, रुसो या विचारवंतांनी राज्यसंस्थांविषयक विचार मांडले होते. हेगेलने राज्यसंस्थेचा दैवी सिद्धान्त मांडला. तर हॉब्ज, लॉक, रुसो यांनी सामाजिक करार सिद्धान्ताच्या माध्यमातून आपले राज्यसंस्थाविषयक विचार मांडले. मार्क्सने या विचारांना विरोध केला. राज्यसंस्था दैवी नसते. म्हणजेच ती देवाने निर्माण केलेली नसते. तसेच ती सजीवही नसते. शांतता व सुव्यवस्था ती निर्माण करू शकत नाही. ती कल्याणकारी असूच शकत नाही. कल्याणकारी असल्याचा ती दावा करत असते. राज्यसंस्था ही केवळ वर्गीयच असते ती विशिष्ट वर्गाचे म्हणजे भांडवलदार वर्गाचे (श्रीमंतांचे) हितसंबंध जपण्यासाठी उदयाला आलेली असते, असे मत मार्क्सने मांडले.

२) राज्यसंस्था – मार्क्सने राज्यसंस्थेला इमल्याचा घटक मानले. इमल्यामध्ये विविध संस्था व संघटना यांचा समावेश केला आहे. कायदेमंडळ, कार्यकारी मंडळ, न्यायदान मंडळ, पोलीस, लष्कर, तुरुंग, न्यायालये या सर्वांचा समावेश मार्क्सने इमल्याच्या घटकामध्ये केला आहे.

३) पायाचे घटक – राज्यसंस्था इमल्याचा भाग असली तरी ती पायावरती आधारलेली असते. राज्यसंस्थेचे भरणपोषण पायामधूनच होत असते. जमीन, पाणी, कारखाना, तंत्रज्ञान या सर्व घटकांना मार्क्सने पायाचे घटक असे म्हटले आहे. या घटकांवरती ज्यांचे नियंत्रण असते. त्यांचेच नियंत्रण राज्यसंस्थेवरती देखील असते. त्यामुळे राज्यसंस्थेचे अस्तित्व पायावरती अवलंबून असते.

४) राज्यसंस्था वर्गीय हितसंबंध जपते - पायाचे घटक ज्या व्यक्तीच्या मालकीचे असतात. त्याच व्यक्ती उत्पादनसंबंध स्थिर ठेवण्यासाठी राज्यसंस्थेची स्थापना करतात. राज्यसंस्था उत्पादन संबंध स्थिर ठेवण्याचा प्रयत्न करते. इतिहासाच्या प्रत्येक टप्प्यावरती उत्पादन संबंध उदयाला येतात व ते स्थिर ठेवण्याचा देखील प्रयत्न होतो. उदा. मध्ययुगामध्ये जमीनदार व भूदास तर आधुनिक युगामध्ये भांडवलदार व कामगार असे वर्ग उदयाला आले. जमीनदारांचे व भांडवलदारांचे हितसंबंध राज्यसंस्थेने जपले. मात्र भूदास कामगार वर्गाचे हितसंबंध जपलेले दिसत नाहीत.

५) राज्यसंस्था आर्थिक शोषण करते - मार्क्सच्या मते, राज्यसंस्था वर्गीय असते त्यामुळे ती एका वर्गाचे हितसंबंध जपते तर दुसऱ्या वर्गाचे शोषण करते. इतिहासाच्या प्रत्येक टप्प्यावरील भूदास, कामगार, शिकारी यांच्या शोषणामध्ये ती बदल करून शकत नाही. म्हणजेच ती उत्पादन संबंध कायम ठेवते. इतिहासाच्या प्रत्येक टप्प्यावरती शोषित वर्गाला स्वातंत्र्य, समता, न्याय व अधिकार मिळत नाहीत. कामगार वर्गाला त्याच्या श्रमाचा योग्य मोबदला मिळत नाही. राज्यसंस्था नेहमीच भांडवलदार वर्गाच्या बाजूने काम करते व कामगार वर्गाचे आर्थिक शोषण देखील करते. म्हणून मार्क्स म्हणतो की, "राज्यसंस्था हे शोषणाचे एक हत्यार किंवा साधन आहे."

६) राज्यसंस्था दमणकारी यंत्रणा - पोलीस, लष्कर, तुरुंग, न्यायालये, कायदा ही राज्यसंस्थेची विविध अंगे आहेत. हे राज्यसंस्थेचे घटक नेहमीच भांडवलदार वर्गाच्या बाजूने तर कामगार वर्गाच्या विरोधामध्ये कार्य करतात. कामगार वर्गाला दडपून टाकण्यासाठी राज्यसंस्था आपली दमणकारी यंत्रणा वापरते. पोलीस, लष्कर, यांच्या माध्यमातून हिंसा घडवून आणली जाते व त्यातून लोकांच्या मनामध्ये भीती निर्माण केली जाते. थोडक्यात मार्क्सच्या मते, राज्यसंस्था कल्याणकारी नसून ती दमणकारीच असते.

७) राज्यकर्त्या वर्गाच्या स्वरूपामध्ये बदल - मार्क्सने उत्पादन साधने बदलली की, राज्यकर्त्या वर्गामध्ये बदल होतो असा विचार मांडला. उत्पादन साधनांमध्ये बदल झाला की, एका वर्गाच्या हातून सत्ता जाते व दुसरा वर्ग सत्तेवरती येतो. उदा. टोळी प्रमुखाच्या जागी जमीनदार वर्ग, जमीनदार वर्गाच्या जागी भांडवलदार वर्ग राज्यकर्ता होतो. याचाच अर्थ केवळ उत्पादन साधनांमध्ये बदल होण्यातून राज्यकर्ता वर्ग बदलतो. म्हणजेच आर्थिक घटक बदलले की राजकीय घटक बदलतात असे मार्क्स म्हणतो.

८) राज्यविलय - राज्यसंस्था नष्ट होणे. याला मार्क्स राज्यविलय असे म्हणतो. राज्यसंस्था शोषणाचे प्रतीक आहे. भांडवलदार वर्गाच्या हातातील ते एक हत्यार आहे. भांडवलदार व कामगार यांचे हितसंबंध परस्परविरोधी असल्याने या दोन वर्गांमध्ये संघर्ष

होईल; तो वर्गसंघर्ष असेल. यामध्ये कामगार वर्गाचा विजय होईल. उत्पादनाच्या सर्व साधनांवरती समाजाची किंवा राष्ट्राची मालकी प्रस्थापित होईल. समाजव्यवस्थेमध्ये कोणताही वर्ग अस्तित्वात राहणार नाही. भांडवलदार वर्ग नष्ट झाल्याने वर्गीयहित राज्यसंस्थेला जपता येणार नाही. यातून राज्यसंस्थेचा अंत होईल. यास मार्क्स राज्यविलय किंवा राज्य विरून जाणे असे म्हणतो.

मूल्यमापन

राज्यसंस्थेचा अंत कसा होईल, यासंबंधीचे विचार मार्क्सने मांडले आहेत. परंतु त्याच्या या विचारांवरती अनेक टीका केल्या गेल्या. त्या टीका खालीलप्रमाणे :

१) मार्क्सने राज्यसंस्थेला दमणकारी यंत्रणा म्हटले परंतु आधुनिक काळामध्ये शांतता व सुव्यवस्था निर्माण करणारी महत्त्वपूर्ण संस्था म्हणून राज्यसंस्थेकडे पाहिले जाते.

२) राज्यसंस्था शोषणाचे हत्यार आहे, असे मार्क्स म्हणतो. परंतु आजची राज्यसंस्था कल्याणकारी स्वरूपाची असलेली दिसते.

३) राज्यसंस्था केवळ भांडवलदार वर्गाचे हितसंबंध जपते असे मार्क्स म्हणतो. परंतु प्रत्यक्षात ती समाजातील इतर वर्गांचे देखील हितसंबंध जपते.

४) वर्ग नष्ट झाले की राज्यसंस्था नष्ट होईल, असे मार्क्स म्हणतो. परंतु असे झालेले दिसत नाही.

वरील टीका मार्क्सच्या राज्यविलय सिद्धान्तावरती होत असल्या तरी सुद्धा त्याचे काही गुण देखील सांगता येतात.

१) राज्यसंस्थेचे स्वरूप कल्याणकारी वाटत असले तरी सुद्धा विशिष्ट वर्गाच्या बाजूनेच ती कार्य करते.

२) राज्यसंस्था ही नेहमी शोषित वर्गाच्या विरोधात आपली यंत्रणा राबविते.

३) राज्यसंस्था भौतिक घटकांवरती आधारलेली असते, हे मार्क्सचे म्हणणे देखील बरोबरच आहे.

असे असले तरी सुद्धा राज्यसंस्था शोषणकारी, दमणकारी आहे; म्हणून ती नष्ट झाली पाहिजे हा मार्क्सचा विचार एकांगी स्वरूपाचा वाटतो.

सारांश

मार्क्सच्या अगोदर जे राज्यसंस्था विषयक विचार मांडले गेले होते त्या विचारांना मार्क्सने विरोध केला. राज्यसंस्था, भौतिक घटकांवरती आधारलेली असते. ती भांडवलदार वर्गाचे हितसंबंध जपण्यासाठी व कामगार वर्गाचे शोषण करण्यासाठी निर्माण झालेली

संस्था आहे; म्हणून कामगार वर्गाने राज्यसंस्थाच नष्ट करावी म्हणजे त्यांचे शोषणही नष्ट होईल. शोषित वर्गाच्या शोषणाचे मूळ राज्यसंस्था आहे, म्हणून ती नष्ट झाली पाहिजे; या मार्क्सच्या विचारांना त्याचा राज्यविलय सिद्धान्त असे म्हणतात.

क्रांतीबाबतचे विचार

प्रस्तावना

कार्ल मार्क्स हा समाजवादी विचारवंत म्हणून उदयाला आला. १८१८ ते १८७३ हा मार्क्सचा कालखंड होता. तो जर्मनीमध्ये उदयाला आला. कायदा, इतिहास, तत्त्वज्ञान या विषयांचा त्याने अभ्यास केला. मार्क्सवरती हेगेलच्या विचारांचा प्रभाव होता. फ्रेंच तत्त्वज्ञान व एंगल्सचा मार्क्सच्या विचारांवरती प्रभाव दिसतो. साम्यवादी जागतिक क्रांतीचा पुरस्कर्ता, शास्त्रीय समाजवादाचा जनक मार्क्सला म्हटले जाते. १०० वर्षे होऊन गेल्यानंतरसुद्धा मार्क्सच्या विचारांचा प्रभाव त्याच्या विरोधकांवरती देखील दिसतो. औद्योगिक विकास होत असताना कामगारांचे शोषण होते, असे त्याने म्हटले. 'कम्युनिस्ट मेनिफेस्टो', 'दास कॅपिटल', 'होलि फॅमिली', 'द फिलॉसॉफी ऑफ पॉव्हर्टी', 'द क्रिटिक' ऑफ पॉलिटिकल इकॉनॉमी, क्लास ट्रबल अशा अनेक ग्रंथांचे लेखन मार्क्सने केले.

मार्क्सने कामगार क्रांतीबाबत विचार मांडले. कामगार वर्गाचे शोषण सतत होत असते. त्यामुळे कामगार वर्ग एकदिवस भांडवलदार वर्गाच्या विरोधामध्ये हिंसक कृती करेल म्हणजेच तो क्रांती करेल व भांडवलदार वर्गाच्या हातातील उत्पादनाची साधने तो स्वत:च्या मालकीची करेल. मार्क्सने मांडलेला क्रांतीचा सिद्धान्त हा हिंसा, रक्तपात यांचा पुरस्कार करणारा आहे.

मार्क्सचे क्रांतीबाबतचे विचार खालील मुद्द्यांच्या आधारे स्पष्ट करता येतात.

१) कामगार वर्गाचे शोषण - मार्क्स म्हणतो की, जगातील कोणत्याही समाजव्यवस्थेमध्ये भांडवलदार व कामगार हे दोनच वर्ग अस्तित्वात असतात. उत्पादन साधनांवरती ज्या वर्गाचे नियंत्रण असते त्यास भांडवलदार वर्ग असे म्हटले जाते; तर जो वर्ग श्रम करतो व त्या मोबदल्यामध्ये त्याला वेतन मिळते त्याला कामगार वर्ग असे म्हटले जाते. कामगार वर्गाचे भांडवलदार वर्गाकडून शोषण होते. या शोषणातून कामगारांची मुक्तता होण्याचा एकमेव मार्ग 'कामगार क्रांती' हाच आहे. मार्क्सने कामगारांसाठी क्रांतिकारी विचार मांडले.

२) भांडवलशाही व्यवस्थेचे स्वरूप - मार्क्स म्हणतो की, जगातील सर्व समाजांचा इतिहास हा वर्गसंघर्षाचा इतिहास आहे. उत्पादन साधनांवरती समाजातील काही व्यक्तींनी व्यक्तिगत मालकी प्रस्थापित केल्यानंतर समाजात परस्पर विरोधी हितसंबंध

असलेले दोन वर्ग अस्तित्वात आले. या दोन वर्गांमध्ये संघर्ष सुरू झाला. त्यामुळे मानवी इतिहास संघर्षाचा बनला. काही वेळेला समाजातील वर्गसंघर्षाची तीव्रता वाढली की, समाजामध्ये क्रांतिकारक बदल घडून येतो. परंतु या बदलामुळे वर्गाचे स्वरूप बदलले तरी परस्पर विरोधी हितसंबंध असलेले वर्ग कायम राहिले आहेत. वर्ग संघर्ष चालूच राहतो. सरंजामी व्यवस्था संपल्यानंतर भांडवलशाहीचा उदय झाला.

३) अतिरिक्त मूल्य भांडवलदार वर्गाकडे - मार्क्स म्हणतो की, अतिरिक्त मूल्य भांडवलदार वर्गाकडे जाते. त्यामुळे कामगार वर्गाचे आर्थिक शोषण होते. हे शोषण थांबविण्यासाठी भांडवलदार वर्गाकडे जाणारे अतिरिक्त मूल्य कामगार वर्गाने थांबविले पाहिजे व त्यासाठी त्याने क्रांतीच्या मार्गाचा स्वीकार केला पाहिजे.

४) वर्ग संघर्ष - कामगार व भांडवलदार या दोन वर्गांचे हितसंबंध परस्पर विरोधी आहेत. भांडवलदार अधिक अधिक श्रीमंत होत जातो तर कामगार वर्ग अधिक अधिक गरीब होत जातो. यातून या दोन वर्गांमध्ये संघर्ष सुरू होतो व या वर्गसंघर्षाचे रूपांतर शेवटी क्रांतीमध्ये होते.

५) भांडवलशाही व्यवस्थेमध्येच तिच्या नाशाची बीजे - कामगारांचे शोषण जसजसे वाढत जाते तसतसे ते आपल्या अन्यायाचा प्रतिकार करण्यासाठी संघटित होतात. यातून भांडवलशाहीतील वर्गसंघर्षाची तीव्रता वाढते. याचा परिणाम कामगार किंवा श्रमिक क्रांतीमध्ये होतो. म्हणजेच कामगारांचे शोषण हेच क्रांतीचे मूळ कारण असते. म्हणजेच भांडवलशाही व्यवस्थेतच तिच्या विनाशाची बीजे असतात.

६) क्रांतीचा नेता कामगार वर्ग - शेतकरी व इतर वर्ग जरी क्रांतीमध्ये कामगार वर्गाच्या बाजूने उभे असले तरी सुद्धा क्रांतीचा नेता मात्र कामगार वर्गच असतो. म्हणजेच क्रांतीचे नेतृत्व कामगार वर्गच करतो.

७) कम्युनिस्ट पक्षाची भूमिका - भांडवलशाही विरुद्ध क्रांती होणे अपरिहार्य असले तरी सुद्धा ही क्रांती आपोआप होत नाही. क्रांती करण्यासाठी कामगारांना योग्य मार्गदर्शनाची गरज असते व हे मार्गदर्शन व कामगारांचे प्रतिनिधित्व कम्युनिस्ट पक्षच करू शकतो म्हणून मार्क्स म्हणतो की, कामगार क्रांती ही कम्युनिस्ट पक्षाच्या मार्गदर्शनाखाली व नेतृत्वाखाली होणारी असते.

८) कामगारांकडे गमाविण्यासारखे काहीही नसते - मार्क्स म्हणतो की, कामगारांनी आपल्या शोषणाविरुद्ध संघटित झाले पहिजे व आपल्या संघटन शक्तीच्या बळावरती भांडवलशाही विरुद्ध क्रांती केली पाहिजे. भांडवलदार व कामगार यांच्यातील संघर्षात कामगारांना भिण्याचे कारण नाही; कारण त्यांच्याकडे गमावण्यासारखे काहीही नसते. मार्क्सने कम्युनिस्ट मेनिफेस्टो या ग्रंथात असे म्हटले आहे की, "जगातील

कामगारांनो एक व्हा, तुमच्याकडे गमावण्यासारखे काहीही नाही. जिंकण्यासाठी मात्र संपूर्ण जग आहे.'' याचाच अर्थ कामगारांनी क्रांती केली तर त्यांचे नुकसान होणार नाही. उलट, शोषणातून त्यांची मुक्तताच होणार आहे.

९) **सशस्त्र क्रांती** – भांडवलदार वर्गाच्या विरोधी कामगार वर्गाने केलेली क्रांती ही सशस्त्र, हिंसक व रक्तपात घडवून आणणारीच असणार आहे. कामगार वर्ग संख्येने जास्त तर भांडवलदार वर्ग संख्येने कमी परंतु त्याच्याकडे राज्यसंस्थेची दमणकारी यंत्रणा असते. त्यामुळे कामगार व भांडवलदार यांच्या संघर्षात राज्यसंस्था नेहमीच भांडवलदार वर्गाच्या बाजूने उभी राहते; म्हणून कामगार वर्गाला सशस्त्र क्रांतीच्या मार्गाचाच म्हणजेच हिंसेचा अवलंब करावाच लागणार तरच भांडवलशाही व्यवस्था नष्ट करता येणार आहे.

सारांश

मार्क्सने क्रांतीचा विचार भांडवलशाही व्यवस्था असणाऱ्या देशांसाठी मांडला परंतु रशियासारख्या राष्ट्रामध्ये जगातील पहिली साम्यवादी क्रांती घडून आली. उत्पादन साधनांवरती मालकी असणारा वर्ग म्हणजेच भांडवलदार कामगार वर्गाचे शोषण करतो. या शोषणाच्या विरोधी कामगार वर्ग संघटित होतो व एक दिवस तो सशस्त्र क्रांती घडवून आणतो; व आपल्या शोषणातून मुक्त होतो. मार्क्स म्हणतो की, कामगार वर्गच क्रांती करू शकतो व आपल्यावर होणारा अन्याय थांबवू शकतो म्हणजेच मार्क्सने कामगार वर्गासाठी क्रांतीचे तत्त्वज्ञान मांडले, अशाप्रकारे मार्क्सचे क्रांतीबाबतचे विचार सांगता येतात.

प्रश्न

१) विरोध विकासवाद किंवा द्वंद्वात्मक पद्धती स्पष्ट करा.

२) कार्ल मार्क्सचा ऐतिहासिक भौतिकवाद सटिक स्पष्ट करा.

३) कार्ल मार्क्सचा वर्ग व वर्गसंबंधीचे विचार स्पष्ट करा.

४) कार्ल मार्क्सचा राज्य विलय सिद्धान्त स्पष्ट करा किंवा राज्यसंस्थेबाबतचे कार्ल मार्क्सचे विचार स्पष्ट करा.

५) क्रांतीबाबतचे कार्ल मार्क्सचे विचार स्पष्ट करा.

प्रकरण ६	# थॉमस हॉब्ज **(Thomas Hobbes)**

अ) निसर्ग अवस्था (State of Nature)
ब) मानवी स्वभावासंबंधीचे विचार (Views on Human Nature)
क) सामाजिक करार सिद्धान्त (Theory of Social Contract)

अल्प परिचय

जन्म : ६ एप्रिल १५८८, मृत्यू : ४ डिसेंबर १६७९

थॉमस हॉब्ज हा इंग्लडचा राजकीय इतिहासातील भरीव कामगिरी व व्यापक लिखाण करणारा पहिलाच विचारवंत आहे. हॉब्जच्या वेळी इंग्लडमधील परिस्थिती फारच संघर्षमय होती. जनता राजसत्ता, धर्मसंस्था या घटकांमध्ये आपआपल्या श्रेष्ठत्वासाठी वाद सुरू होता आणि याच परिस्थितीचा प्रभाव हॉब्जच्या जीवनावर पडला.

हॉब्जचा जन्म गरीब व सामान्य कुटुंबात झाला. तो लहान असताना त्याचे वडील घर सोडून अज्ञात ठिकाणी निघून गेले त्यामुळे त्याची देखभाल काकांनीच केली. त्यामुळे कौटुंबिक संस्कारांपेक्षा समकालीन परिस्थितीने हॉब्जला घडविले.

हॉब्जचे प्राथमिक शिक्षण त्याच्या गावी झाले. वयाच्या १५ व्या वर्षी पुढील शिक्षणासाठी तो ऑक्सफर्ड विद्यापीठात दाखल झाला. १६१०, १६२८ आणि १६५७ असा युरोपमधील विविध देशांचा त्याने प्रवास केला. याच काळात केपलर, गॅलिलिओ, डेसकार्टेस हार्वे, गिलबर्ट, न्यूटन इ. विचारवंत होऊन गेले आणि त्यातूनच तो प्रभावित झाला. हॉब्जच्या वेळी इंग्लंडमधील परिस्थिती फार संघर्षमय होती. एकीकडे 'स्टुअर्ट' वंशाचे शासक स्वत:ला परमेश्वराचे निरंकुश प्रतिनिधी समजून व्यवहार करत होते, इंग्लंडमधील सामान्यजनता राजाच्या दैवी अधिकाराला विरोध करत होती तर पोप त्यांना आपले करण्याचा प्रयत्न करीत होते; थोडक्यात, सत्तेसाठी प्रभुत्व निर्माण करणारा राजा, जनता व पोप यांच्यामध्ये संघर्ष चालू होता या तत्कालीन परिस्थितीतून हॉब्जने आपले विचार मांडले. तत्त्वज्ञान, कायदा या विषयांचा अभ्यास केला. वयाच्या १९ व्या वर्षी

पदवी प्राप्त केली. हॉब्जने अनेक विषयांवर लेखन केले परंतु राज्यशास्त्राशी संबंधित पुढील चार प्रसिद्ध ग्रंथ लिहिले. दे साइव, द कारपोर, दे होमाईन व लेवियथान.

हॉब्जने मांडलेल्या निरंकुश राजसत्तेच्या सिद्धान्तावर मॅकिआ व्हेलीच्या तत्त्वज्ञानाचा प्रभाव पडला आहे. तर त्याच्या सार्वभौम सत्तेच्या कल्पनेवर 'बॉडिन' या विचारवंताचा प्रभाव पडला आहे; अशाप्रकारे हॉब्जच्या तत्त्वज्ञानावर वेगवेगळ्या व्यक्ती आणि तत्कालीन राजकीय, धार्मिक व सामाजिक परिस्थिती, इंग्लंडमधील यादवी युद्ध यांचा प्रभाव पडल्याचे दिसून येते. हॉब्जने शास्त्रीय पद्धतीने मानवी समाजाचा अभ्यास केला.

अ) निसर्ग अवस्था किंवा निसर्गावस्थेचे स्वरूप

प्रस्तावना

समाज व राज्य अस्तित्वात येण्यापूर्वी एक निसर्ग अवस्था अस्तिवात होती असे हॉब्जने गृहीत धरले आहे आणि त्यासंबंधी काल्पनिक विचार मांडले आहेत. हॉब्जच्या मते निसर्ग अवस्था ही समाजपूर्व अवस्था होती म्हणजेच या काळात समाज नव्हता, राज्य नव्हते, कायदे नव्हते, न्याय नव्हता. या अवस्थेत जीवन नैराश्यपूर्ण भयंकर होते. जीवित व वित्त यांना संरक्षण नव्हते, श्वाश्वती नव्हती; म्हणजेच प्रत्येक व्यक्तीचे स्वत:चे शासन होते.

निसर्ग अवस्थेतील मानवी जीवन

१) हॉब्ज म्हणतो की, मनुष्य हा सुरुवातीला निसर्ग अवस्थेतच राहत होता. सरकारचे कोणतेही कायदे त्या काळात अस्तिवात नव्हते.

२) तो म्हणतो निसर्ग अवस्थेत मनुष्य अतिशय स्वार्थी व अहंकारी होता.

३) निसर्ग अवस्थेत मनुष्याला कार्यान्वित करण्यासाठी तीन मुख्य प्रवृत्ती होत्या -

   १) सुरक्षिततेची इच्छा

   २) काहीही प्राप्त करण्याची इच्छा

   ३) सन्मान व यश प्राप्त करण्याची इच्छा

   या तीन प्रवृत्तींमधूनच माणसा-माणसाबद्दल अविश्वास वाढत गेला. यातूनच युद्ध सदृश्य परिस्थिती निर्माण होत गेली.

४) निसर्ग अवस्थेत कोणत्याही प्रगतीला वावच नव्हता बरे किंवा वाईट याची जाणीवच नव्हती.

५) हॉब्ज म्हणतो, निसर्ग अवस्थेमध्ये व्यक्ती स्वत:चा फायदा व सुखासाठीच प्रयत्न करीत होती. ही इच्छा त्याच्या मृत्यूशिवाय समाप्त होत नसे.

६) हॉब्जच्या मते दया, करुणा, प्रेम, सहानुभूती इ. गोष्टी या अवस्थेत नव्हत्या. सामाजिक प्रवृत्तीही नव्हत्या.

७) निसर्ग अवस्था म्हणजे संघर्ष व ताण-तणावांची अशी अवस्था होती तेव्हा प्रत्येक मनुष्य दुसऱ्या मनुष्याचा शत्रू होता.

८) हॉब्जच्या शब्दांत सांगायचे झाल्यास निसर्ग अवस्थेतील जीवन घाणेरडे, वाईट, क्रूर, दरिद्री आणि अल्पकालीन होते.

१०) तो म्हणतो की, ही अवस्था अशीच टिकून राहिली असती परंतु माणसातील दोन प्रवृत्तींमुळे ही अवस्था संपुष्टात आली. मनुष्याची विचार करण्याची शक्ती व भीती यामुळे स्वार्थयुक्त अशी निसर्गावस्था संपली.

११) हॉब्ज म्हणतो, प्राप्त परिस्थितीत निसर्ग अवस्था नष्ट करून मनुष्याला सुरक्षित व आनंदी जीवन प्राप्त करून देण्याचे कार्य खंबीर शासन करू शकते कारण या शासनाने कायदा मोडणाऱ्याला शिक्षा व कायदा पालन करणाऱ्यांना संरक्षण दिलेले असते.

निसर्ग नियमासंबंधीचे हॉब्जचे विचार

हॉब्जच्या मते, निसर्गनियम हे असे नियम आहेत की, ते व्यक्तीला वाईट, क्रूर, विध्वंसक व धोकादायक कृती करण्यापासून परावृत्त करतात. मानवाला जीवनाची सुरक्षा देणे हे त्याचे प्रमुख ध्येय आहे. काही प्रमुख निसर्ग नियम -

१) प्रत्येकाने शांततेचा स्वीकार केला पाहिजे.

२) व्यक्तीने जे करार केले आहेत त्यांचे पालन केले पाहिजे.

३) शांतता तत्त्वाचे पालन करणाऱ्या व्यक्तीस संरक्षण मिळाले पाहिजे.

४) प्रत्येक व्यक्तीने दुसऱ्याबरोबर जुळवून घेतले पाहिजे व सुसंवाद साधला पाहिजे.

५) सतत दुसऱ्याचा द्वेष करू नये; तसेच कोणतीही कृती सुडाने प्रेरित होऊन करू नये.

६) शांततेच्या मार्गाने समाजातील ध्येयं साध्य करावीत.

सारांश

हॉब्जच्या मते, निसर्गावस्थेमध्ये जीवित व वित्ताची शाश्वती नव्हती; संघर्ष होता. भीतीयुक्त वातावरण होते. या वाईट स्वरूपाच्या निसर्गावस्थेवर उपाय म्हणून निसर्ग नियम अस्तित्वात आले. अशा पद्धतीने हे निसर्ग नियम अखंड व चिरकालीन स्वरूपाचे आहेत आणि मनुष्याच्या स्वभावावर, शांततप्रिय वृत्तीवर त्याचे टिकणे किंवा न टिकणे अवलंबून आहे.

ब) मानवी स्वभावासंबंधीचे विचार

प्रस्तावना

हॉब्जने 'द कारपोर' या ग्रंथात मानवी स्वभावाचे वर्णन करून त्याला वाटणाऱ्या भीतीची कारणे दिली आहे. तो म्हणतो, राज्याचा अभ्यास करताना मुळात व्यक्तीचा अभ्यास केला पाहिजे कारण व्यक्ती ही राज्यातील घटक आहे तर व्यक्तीचा अभ्यास करताना मनाचा विचार केला पाहिजे. त्याचा मानवी मनाबद्दलचा दृष्टिकोन भौतिक व यांत्रिक स्वरूपाचा आहे; कारण त्याने समाजसापेक्ष व्यक्तीचा विचार केला नसून व्यक्ती म्हणून व्यक्तीचा विचार केलेला आहे.

मानवी स्वभावाची वैशिष्ट्ये

१) मनुष्य म्हणजे एक शरीर असून त्यातील मन हे वस्तूस्वरूप यंत्र आहे.

२) मनुष्य हा कृतिशील प्राणी आहे. त्याची सदैव धडपड चालू असते.

३) माणसाला जे हवे असते त्यालाच तो चांगले म्हणतो, त्याला जे नको असते त्याला तो वाईट म्हणतो.

४) माणसाच्या दोन भावना असतात -
   १) प्राथमिक   २) मूलगामी

५) माणसाच्या इच्छा क्षणिकस्वरूपाच्या नसतात तर त्या आयुष्यभराच्या असतात.

६) मनुष्य ही एक वस्तू आहे असे म्हटल्यावर सर्व माणसे समान असतात असे म्हणणे क्रमप्राप्त ठरते; कारण एखाद्याची बौद्धिकक्षमता कमी असेल तर निसर्गाने त्याची शारीरिक क्षमता वाढविलेली असते.

७) मनुष्य बुद्धिनिष्ठ प्राणी असल्यामुळे त्याची प्रत्येक कृती त्या कृतीचा परिणाम लक्षात घेऊन केलेली असते.

८) मनुष्य आपली सर्वच कार्ये स्वार्थाने प्रेरित होऊन करतो.

हॉब्जने मानवी संघर्षाची तीन कारणे सांगितली आहेत; ही तिन्ही कारणे मानवी मनावर अवलंबून आहेत.

१) समान इच्छा पूर्ण करण्यासाठीची स्पर्धा.

२) परस्परांवर विश्वास नसणे.

३) संपत्ती मिळविण्याची इच्छा व प्रसिद्धीची हाव.

या तीन कारणांमुळेच समाजात युद्ध संघर्ष निर्माण होतो, असे हॉब्ज म्हणतो.

सारांश

हॉब्जच्या मते मनुष्य, दुष्ट, कपटी, धूर्त, रानटी आहे. त्याच्या विचारावर व कृतीवर मनाचा व स्वभावाचा प्रभाव असतो. परिणामत: समाजात सतत अशांतता, असुरक्षितता, संघर्षाची परिस्थिती असते.

थोडक्यात, मनुष्याची वागणूक आत्मसंरक्षण आणि आक्रमण या तत्त्वावर आधारलेली असते. स्वार्थ हीच माणसाची मुख्य प्रेरणा असते. स्वार्थावर आधारित माणसाची ईहा असते व त्याआधारे तो कृती करतो. मनुष्य कधीही स्वार्थत्याग करू शकत नाही; अशा रीतीने मनुष्य स्वभावाचे अत्यंत निराशाजनक व काळे चित्र रंगविण्याचा हॉब्जने प्रयत्न केला आहे.

क) हॉब्जचा सामाजिक करारा सिद्धान्त

प्रस्तावना

स्वार्थी मनुष्य स्वभाव व त्यातून निर्माण झालेली निसर्ग अवस्था आणि त्यातील असुरक्षित जीवनाचा लोकांना आलेला तिटकारा यामुळे त्यांनी ही निसर्ग अवस्था नष्ट करावी असा विचार केला आणि सामाजिक करार घडवून आणला. या कराराचे स्वरूप स्पष्ट करताना हॉब्जने अशी कल्पना मांडली आहे की, समाजातील सर्व लोक एकत्र आले व त्यांनी करार करून राज्य निर्माण केले. हा करार प्रत्येक व्यक्तीने दुसऱ्या व्यक्तीशी केला आहे.

सामाजिक कराराचे स्वरूप

१) हॉब्जच्या सामाजिक करारात व्यक्तींनी परस्परांशी करार केलेला आहे.

२) हा करार सरकारी स्वरूपाचा नाही तर तो समाजाचा आहे.

३) या करारातून व्यक्तीला सार्वभौम अधिकार दिला आहे आणि ज्या व्यक्तीला हा सर्वश्रेष्ठ अधिकार दिला आहे ती व्यक्ती सार्वभौम झाली व इतर सामान्यजनता झाली.

४) ज्या व्यक्ती या करारात सहभागी झाल्या आहेत त्यांच्यावर मात्र कराराचे पूर्ण बंधन आहे.

५) सार्वभौम राज्य निर्माण करणे हे या कराराचे उद्दिष्ट आहे.

६) अराजकता निर्माण होऊ नये म्हणून सर्व अधिकार सार्वभौमत्वाला देण्यात आले पण त्याचा परिणाम हा झाला की, प्रजेला शासनाच्या विरोधात बोलण्याचा अधिकार राहिला नाही. सार्वभौम सत्ता मात्र निरकुंश बनली.

सामाजिक कराराची वैशिष्ट्ये

१) या कराराने समाज व राज्य या दोहांची एकाच वेळी निर्मिती केली असे हॉब्ज म्हणतो.
२) हा करार व्यक्ती-व्यक्तीत झाला असून सार्वभौम सत्ता हा करारातील पक्ष नाही.
३) सार्वभौम सत्ता करारामधील पक्ष नसल्याने तिला अमर्याद व निरंकुश अधिकार प्राप्त झाले.
४) या सामाजिक करारातून निर्माण झालेली सार्वभौम सत्ता एक व्यक्ती किंवा व्यक्ती समूहाकडे देण्यात आली आहे.
५) निसर्गअवस्थेत सार्वभौम सत्ता नव्हती ती सामाजिक करारातून निर्माण झाली.
६) सार्वभौम सत्तेचे विभाजन करता येत नाही म्हणजेच ती अविभाज्य आहे. तसेच ती अदेय आहे.
७) प्रत्येक व्यक्तीने आपले ते हक्क सार्वभौम सत्तेला बहाल केले.
८) हा करार कायमस्वरूपाचा आहे व तो मोडता येणार नाही.
९) हा करार अस्तिवात आल्यावर लोकांचे अंतर्गत व बहिर्गतदृष्ट्या संरक्षण करणे हे सार्वभौमत्वाचे कर्तव्य ठरते.
१०) सार्वभौमाचा आदेश हाच कायदा आहे. कायद्याचे पालन करणे सर्वांवर बंधनकारक आहे. कायदा, शिक्षा करण्याचा अधिकार सार्वभौमाला आहे. थोडक्यात, समाजामध्ये शांतता व सुरक्षितता स्थापन करणे व जनतेचे संरक्षण करणे हे या कराराचे प्रमुख वैशिष्ट्य आहे.

सामाजिक कराराचे महत्त्व किंवा गुण

१) हॉब्जच्या सामाजिक करारा सिद्धान्ताचा सर्वांत महत्त्वाचा गुण म्हणजे त्याने 'राज्य हे ईश्वर निर्मित' आहे असे सांगणारा राजाचा दैवी सिद्धान्त नाकारला आणि 'राज्य हे मनुष्य निर्मित' आहे व ते सामाजिक करारातून उदयाला आले आहे असा नवीन क्रांतिकारक विचार मांडला.
२) हा करार लोकांना मोडता येत नाही कारण तो सामाजिक आहे.
३) या कराराने सर्वच प्रकारच्या राजसत्तेचे समर्थन केले आहे.
४) या करारातून राज्य, समाज व सरकार या तिनही संस्था निर्माण होतात.
५) हॉब्ज म्हणतो त्यानुसार अशांतता, आणीबाणी व युद्धप्रसंगी निरंकुश आणि अमर्याद सत्तेची आवश्यकता असते म्हणून सार्वभौम सत्तेसंबंधीचा न्याय दृष्टिकोन वस्तुनिष्ठ असाच आहे.

हॉब्जच्या सामाजिक करार सिद्धान्तातील दोष किंवा टिका

१) हॉब्जचा सामाजिक करार सिद्धान्त काल्पनिक आहे. लोक कधी एकत्र आले, त्यांनी सामाजिक करार कधी केला; याला ऐतिहासिक पुरावा नाही. किंवा त्यासंबंधी लेखी असा कुठलाच उल्लेख नाही.
२) त्याने मनुष्य स्वभावाचे केलेले वर्णन एकांगी किंवा अर्धसत्य असेच आहे.
३) हॉब्जने राजा आणि शासन यात फरक केलेला नाही. परंतु आधुनिक काळात राज्य आणि शासन यामध्ये फरक दिसून येतो. (राज्य स्थिर, शासन अस्थिर असते.)
४) या करारातून निर्माण झालेली सत्ता एका व्यक्तीकडे असावी, असे मत तो मांडतो परंतु हा त्याचा विचार हा व्यक्तीस्वातंत्र्या विरोधी आहे.

अशाप्रकारे हॉब्जच्या सामाजिक कराराच्या सिद्धान्तावर टीका करण्यात आली आहे.

सारांश

हॉब्जचा सामाजिक करार व्यक्ती-व्यक्तीमध्ये झाला आहे. सार्वभौम सत्ता ही करारामध्ये सहभागी नाही परंतु या कराराने सार्वभौम सत्तेला प्रचंड सामर्थ्य दिले. व्यक्तींनी आपले अधिकार एक व्यक्ती किंवा व्यक्तीसमूहाला दिले. त्यामुळे ती व्यक्ती सत्ताधारी झाली व इतर लोक सामान्यजनता झाले; या करारातून सामान्यजनतेवर बंधने आली परंतु सार्वभौम सत्ता अमर्याद, निरंकुश, अदेय व अविभाज्य बनली. मात्र, माणसाचा जीव घेण्याचा अधिकार सार्वभौमत्वाला नाही. जीवित स्वातंत्र्याच्या हमीसाठीच हा करार केला गेल्याने जर सार्वभौमत्वाने याउलट भूमिका घेतली तर सार्वभौमत्वाला नकार देण्याचा अधिकार सामान्य जनतेकडे आहे, असे हॉब्ज म्हणतो. थोडक्यात, मानवी स्वभाव स्वार्थी, दुष्ट असल्याने त्याने सार्वभौम सत्ता निरंकुश बनवली परंतु मानवाच्या जीविताचे रक्षण करण्यात सार्वभौम सत्ता अपयशी तर तिच्या कायद्याचे पालन करणे सामान्य जनतेवर बंधनकारक असत नाही. अशाप्रकारे हॉब्जचा सामाजिक करार सिद्धान्त स्पष्ट करता येतो.

प्रश्न

१) नैसर्गिक अवस्थेबाबतचे हॉब्जचे विचार स्पष्ट करा.
२) मानवी स्वभावाची हॉब्जची संकल्पना स्पष्ट करा.
३) हॉब्जच्या सामाजिक कराराची वैशिष्ट्य स्पष्ट करून सिद्धान्त लिहा.

प्रकरण ७

जॉन लॉक
(John Locke)

अ) सामाजिक करार सिद्धान्त (Theory of Social Contract)
ब) नैसर्गिक हक्कांबाबतचे विचार (Views on Natural Rights)
क) नागरी समाज व राज्याबाबतचे विचार (Views on Civil Society and State)

अल्प परिचय

जन्म : २९ ऑगस्ट १६३२, मृत्यू : २८ ऑक्टोबर १७०४

जॉन लॉक हा राजकीय विचारवंत इंग्लंडमध्ये उदयाला आला. एका मध्यमवर्गीय कुटुंबामध्ये लॉकचा जन्म झाला. इंग्लंडमधील दोन क्रांतींच्या मधल्या काळात लॉकने आपले जीवन व्यतित केले. लॉकने आपले शिक्षण पूर्ण केल्यानंतर ऑक्सफर्ड विद्यापीठाचा प्राध्यापक म्हणून काम केले. नंतर वैद्यकीय शिक्षण घेवून त्याने वैद्यकीय व्यवसायही केला. १६६६ साली हिग पक्षाचे प्रमुख लॉर्ड अस्ले यांच्याबरोबर लॉकची ओळख झाली. यातूनच त्याला सार्वजनिक व्यवहार जवळून तपासण्याची संधी मिळाली. तसेच त्याला पदे देखील प्राप्त झाली. लॉकवरती त्याच्या वडिलांचा प्रभाव होता. लॉकला त्याच्या जीवनामध्ये प्रेमळ व विश्वासू मित्र मिळाल्याने मानव विवेकी असतो तसेच त्याच्याकडे दुसऱ्याला मदत करण्याची वृत्ती असते असे मानवी स्वभावाबाबतचे सकारात्मक विचार त्याचे तयार झाले. 'अ लेटर ऑन टॉलरेशन', 'टू ट्री टाईझेस् ऑफ गव्हर्नमेण्ट' यासारख्या महत्त्वाच्या ग्रंथाचे त्याने लेखन केले. याशिवाय अर्थशास्त्र, राज्यशास्त्र, धर्मशास्त्र, शिक्षण अशा विविध विषयांवर लॉकने लेखन केले.

मानवी स्वभावाबाबतचे विचार

लॉकच्या मते मनुष्य हा सामाजिक, विवेकशील प्राणी आहे. मनुष्य हा नैतिकतेला महत्त्व देणारा व त्यानुसार आचरण करणारा आहे. लॉकच्या मते, मनुष्य जन्मतः स्वतंत्र व समान असतो. प्रत्येकाच्या शारीरिक, मानसिक, बौद्धिक क्षमता भिन्न असल्या तरी तो नैतिकदृष्ट्या समान असतो. नैसर्गिक कायद्याद्वारे प्राप्त मानवाच्या हक्क व कर्तव्यांना

मान्यता देण्याइतपत मनुष्याच्या विवेकबुद्धीचा विकास झाल्याने माणसे नैतिकदृष्ट्या समान होतात. तेव्हाच त्यांना व्यक्तित्व प्राप्त होते.

लॉक म्हणतो की, मानव प्राणी हा विवेकशील असल्याने त्याला राजकीय व्यवस्थेचे महत्त्व समजते. आपले हित कशात आहे हे मानवाला कळत असल्याने मानव राजकीय व्यवस्थेशी सतत जुळवून घेत असतो. संपूर्ण समाज एकत्र कसा राहील यासाठीही तो प्रयत्न करीत असतो व त्यादृष्टीने तशी कृतीदेखील करतो. परस्परांवरील प्रेम, सहकार्य, विश्वास, या सर्व गोष्टींमुळेच मनुष्य समाजात एकत्र राहतो. आपल्याला काय हवे आहे, कसे असायला पाहिजे या भावनेतूनच मानव कृती करतो. मानव हा केवळ नैसर्गिक प्राणी नाही तर समाजव्यवस्थेचा एक भागही असतो. त्या समाजव्यवस्थेचे सुरळीतपणे कार्य करण्यासाठी जे नियम तयार केलेले असतात त्या नियमांचे पालनदेखील तो करतो. कायद्याच्या पालनातच आपले हित आहे हेही त्याला समजते; एकूणच हॉब्जने मानवाला स्वार्थी, वाईट म्हटले परंतु लॉक मात्र मानवाला विवेकी, सद्गुणी मानत असल्याने त्याचा मानवाच्या चांगुलपणावर, सहकार्य वृत्तीवर, जुळवून घेण्याच्या प्रवृत्तीवर विश्वास होता. शांत, विकसित समाजामध्ये राहण्यासाठी प्रत्येक मानव प्राणी नैतिक, कायदेशीर नियमांचे पालन करतो.

मानवी स्वभावाची वैशिष्ट्ये

१) मनुष्य एक सामाजिक प्राणी आहे.
२) जन्मतःच सर्व माणसे समान असतात.
३) मानव विवेकी प्राणी असतो.
४) शांत, संयमी, सहकार्यवादी, समाजहिताचा विचार करणारा असतो.
५) मनुष्य नैतिक असतो; चांगला, गुणी असतो.

ब) लॉकने सांगितलेली नैसर्गिक अवस्था व नैसर्गिक अधिकाराबाबतचे विचार

प्रस्तावना

लॉक म्हणतो की राज्यसंस्था अस्तित्वात येण्याअगोदर नैसर्गिक अवस्था अस्तित्वात होती. या नैसर्गिक अवस्थेमध्ये मनुष्य शांत व चांगले, व्यवस्थित जीवन व्यतित करीत होता. मानव प्राणी विवेकाने वर्तन करीत असल्याने सर्वजण एकत्रित आनंदाने राहात होते. त्याच्यामध्ये प्रेम, आपुलकी, सहकार्य, शांतता ह्या भावना होत्या. प्रत्येक व्यक्ती स्वतंत्र व समान असल्याने तिला तिच्या इच्छेप्रमाणे वर्तन करण्याचे स्वातंत्र्य होते. तसेच कोणतेही काम करण्याचे, संपत्ती मिळविण्याचे देखील तिला स्वातंत्र्य होते. याचा अर्थ निसर्गव्यवस्थेमध्ये व्यक्तीला जीविताचा, स्वातंत्र्याचा व संपत्ती मिळविण्याचा अधिकार होता. हा अधिकार प्रत्येक मानवाला होता. त्यामध्ये कोणत्याही प्रकारचा भेदाभेद केलेला

नव्हता. परंतु हे तीन अधिकार अमर्याद नव्हते तर मर्यादित होते. कोणत्याही बाह्य सत्ता किंवा व्यक्तीचे मनुष्यावर नियंत्रण नव्हते परंतु शांतता व सुव्यवस्था टिकविण्यासाठी नैतिक कायद्याचे म्हणजेच विवेकाचे नियंत्रण प्रत्येकावरती होते. आपण सर्वजण स्वतंत्र आहोत त्यामुळे आपण दुसऱ्याच्या अधिकारांवर आक्रमण करू नये किंवा ते हिसकावून घेऊ नयेत हा विवेक सर्वजण पाळत असत.

निसर्गव्यवस्थेमध्ये खऱ्या अर्थाची साम्यवादी अवस्था होती. सर्व वस्तूंवर सर्वांची समान मालकी होती. कोणत्याही वस्तूवर कोणत्याही व्यक्तीची व्यक्तिगत मालकी नव्हती. सर्वांना समान अधिकार होते. कोणालाही काही विशेषाधिकार नव्हते. कोणाचे कोणावरही नियंत्रण नव्हते. अगदी कायद्याचे, शासनसंस्थेचे देखील नियंत्रण नव्हते. पालकांचे देखील मुलांवर नियंत्रण नव्हते. मुलांचा शारीरिक व आध्यात्मिक विकास करणे, त्याच्यांवर चांगले संस्कार करण्याइतपत पालकांची भूमिका मर्यादित होती. पालकांनी पाल्यांवर किंवा पतीने पत्नीवर अधिकार न गाजवता त्यांना देखील समतेच्या तत्त्वाने वागवावे असे लॉकचे म्हणणे होते.

लॉक म्हणतो निसर्गअवस्थेमध्ये कायदे नव्हते. त्यामुळे पोलीस, लष्कर, न्यायालय अशा रचना नव्हत्या कारण लोक स्वत:च विवेकाच्या आज्ञांचे पालन करीत असत. जर कोणी गुन्हा केला तर त्याला शिक्षा करण्याचा अधिकार सर्वांना होता. हिंसा, अशांतता, अत्याचार, द्वेष यांना नैसर्गिक अवस्थेमध्ये स्थानच नव्हते.

निसर्गावस्था

१) निसर्गावस्था ही शांतता, परस्पर सहकार्य आणि सुरक्षा यावर आधारित व्यवस्था होती असे लॉकला वाटते.
२) निसर्ग अवस्थेत कोणताही उच्च अधिकारी नव्हता. निसर्गनियमानुसार सर्व व्यवहार चालत होते.
३) लॉक निसर्ग अवस्थेला राज्यपूर्व अवस्था म्हणतो.
४) निसर्ग अवस्थेत माणूस रानटी नसून सामाजिक होता असे लॉकला वाटते.
५) निसर्ग अवस्थेत मानव पूर्णपणे स्वतंत्र होता. आपल्या व्यक्तिमत्त्वाचा आणि इच्छेचा तो पूर्णपणे आविष्कार करीत असे.

अशाप्रकारे निसर्ग अवस्था ही स्वतंत्र आणि समान व्यक्तींची नैसर्गिक नियमांवर चालणारी राज्यपूर्व समाज अवस्था होती असे लॉकचे मत होते.

नैसर्गिक अधिकार

लॉकच्या मते, नैसर्गिक अवस्थेत प्रत्येक व्यक्तीला काही नैसर्गिक अधिकार होते. ते अधिकार पुढीलप्रमाणे -

<pre>
                    नैसर्गिक अधिकार
        ┌───────────────┼───────────────┐
  जीविताचा अधिकार   स्वातंत्र्याचा अधिकार   संपत्तीचा अधिकार
</pre>

१) जीविताचा अधिकार – प्रत्येकाला आपल्या जीविताचे रक्षण करण्याचा अधिकार असतो. आत्मसंरक्षण मानवाच्या प्रत्येक क्रियेचे प्रेरणातत्त्व असते. निसर्ग नियमांचे पालन केल्यावर मानवाला हा अधिकार प्राप्त होतो.

२) स्वातंत्र्याचा अधिकार – नैसर्गिक कायद्याच्या चौकटीत राहूनच इतर सर्व नियंत्रणांपासून मुक्त व्यवहार म्हणजे स्वातंत्र्य होय असे लॉकला वाटते. व्यक्ती विकासासाठी स्वातंत्र्याचा अधिकार आवश्यक आहे असे लॉकला वाटते.

३) संपत्तीचा अधिकार – लॉकच्या मते, संपत्तीचा अधिकार निसर्ग अवस्थेच्याही आधीपासून अस्तित्वात होता. त्याच्या मते जी वस्तू मनुष्याने आपल्या शारीरिक श्रमाने प्राप्त केली आहे; तिच्यावर त्याचा नैसर्गिक अधिकार राहात होता.

अशाप्रकारे लॉकने निसर्गावस्थेतील व्यक्तीला वरीलप्रमाणे तीन अधिकार होते हे सांगितले.

नैसर्गिक अवस्था मानवाच्या मानवी हक्कांना मान्यता देत होती. त्यामुळे निसर्ग अवस्थेतील समाज हा राजकीय होता. परंतु यामध्ये काही समस्या होत्या. जेव्हा माणसे स्वत: हा न्याय देतात तेव्हा तो एकतर्फी असतो. तसेच तो पक्षपाती असल्याची शक्यता असते. तसेच दुसऱ्याची बाजू समजून न घेण्याचा धोका असतो. एकूणच निसर्गावस्थेमध्ये कायदेमंडळ, कार्यकारीमंडळ व न्यायदानमंडळ अस्तित्वात नव्हते. मानवाला या गोष्टी हव्या होत्या म्हणून मानवाने नैसर्गिक हक्क सोडले असे लॉक म्हणतो. या तीन गोष्टी जोपर्यंत मानवाला मिळतील तोपर्यंत लोक राज्यसंस्थेला अधिमान्यता देतील.

राज्यसंस्था ही माणसाची गरज नसून मानवाला जास्तीच्या सुखसोयी हव्या होत्या तसेच त्याला अधिक सुरक्षितता हवी होती; म्हणून लॉक म्हणतो राज्यसंस्था दैवाने निर्माण केली नाही तर मानवाने करार करून निर्माण केली आहे. निसर्गावस्थेपेक्षा अधिक चांगल्या प्रकारच्या जीवनासाठी राज्यसंस्था उदयाला आली.

अ) लॉकचा सामाजिक करार सिद्धान्त

प्रस्तावना

लॉकचा सामाजिक करार हॉब्जपेक्षा वेगळा आहे. संपत्ती संरक्षण व सुरक्षितता यासाठी प्रत्येक व्यक्ती इतर व्यक्तींशी समुदाय स्थापनेचा करार करते. लॉकने राजकीय सत्ता कोणाच्या हाती? या प्रश्नाचे उत्तर देताना असे म्हटले आहे की, राजकीय सत्ता

व्यक्ती किंवा गटाच्या हाती असणार नाही; तर ती संपूर्ण समाजाच्या हाती असेल. निसर्गावस्थेमध्ये निर्माण झालेल्या समस्या सोडविण्यासाठी व्यक्तींनी परस्परांशी करार केला. प्रत्येक व्यक्तीने इतर प्रत्येक व्यक्तीशी समाज निर्माण करण्याचा करार केला असल्याने प्रत्येकाने आपले काही नैसर्गिक अधिकार सोडून देण्यास मान्यता दिलेली आहे. व्यक्तींनी स्वेच्छेने हे अधिकार समुदायाला किंवा समाजाला दिलेले आहेत.

लोकांच्या इच्छेनुसार किंवा संमतीनुसारच राजकीय समाज निर्माण झाला असे लॉक म्हणतो. प्रत्येक निर्णयाला प्रत्येक व्यक्तीची मान्यता असा असा अर्थ मात्र लॉकला अभिप्रेत नाही. सर्वांच्या मान्यतेने चालणारी लोकशाही हा अर्थ लॉकला अभिप्रेत होता. याचा अर्थ बहुमताच्या इच्छेनुसार निर्णय घेणे होय. एखादा निर्णय काही व्यक्तींना अमान्य असेल तरीसुद्धा बहुमताने तो निर्णय घेतला असेल तर तो सर्वांवर बंधनकारक होतो. प्रत्येक व्यक्तीच्या इच्छेनुसार राज्यकारभार चालविणे अशक्य असल्याकारणाने तो म्हणतो, बहुमताच्या निर्णयानुसार राज्यकारभार केला पाहिजे कारण बहुमताचा निर्णय मान्य करण्याचा करार व्यक्तींनी परस्परांमध्ये केलेला आहे. या करारानुसार प्रत्येकाला आपल्या मालमत्तेची संरक्षण व सुरक्षितता हवी होती.

लॉक म्हणतो, व्यक्तींनी परस्परांमध्ये करार करून राजकीय समाज निर्माण केला याचा अर्थ कराराद्वारेच राजकीय समाज निर्माण झालेला आहे. परंतु, सरकार मात्र करारातून निर्माण झालेले नाही. सरकारने समाजाशी कोणत्याही प्रकारचा करार केलेला नाही ते केवळ विश्वस्त असते. ज्या उद्देशासाठी सरकार नेमले आहे तो उद्देश ते सरकार पूर्ण करू शकत नसेल तर त्या सरकारला बदलण्याचा अधिकार लॉक लोकांना देतो. कायदेमंडळ, कार्यकारीमंडळ ही सरकारची अंगे असतात. त्यामध्ये कायदेमंडळाला कार्यकारी मंडळाच्या तुलनेत महत्त्वाचे स्थान असते. कायदेमंडळ केवळ देखरेख किंवा विश्वस्तांच्या भूमिकेत काम करते. खरी सत्ता मात्र जनतेच्या हातात असते असे लॉक म्हणतो. यामुळे लॉक त्याच्या अगोदर राज्यसंस्थेबाबत मांडल्या गेलेल्या सिद्धान्ताचा प्रतिवाद करताना दिसतो. 'राज्यसंस्था दैवी असते' हा विचार तो नाकारतो त्याचबरोबर सरकार व जनता यांचे समान स्थान असणारा सिद्धान्तही तो नाकारतो. तसेच लोकांच्या जीविताचे व वित्ताचे संरक्षण करण्यात सरकार अपयशी झाले तर ते बदलण्याचा अधिकार लॉक जनतेला देतो. मथितार्थ असा की, अंतिम सत्ता सरकारच्या हाती नसून जनतेच्या हाती असते. सरकार सत्तेवरून गेले तरी राजकीय समाज नष्ट होत नाही तर तो टिकून असतो.

लॉकच्या सामाजिक कराराची वैशिष्ट्ये

१) दोन कराराची शक्यता - लॉकने स्पष्टपणे दोन करारांचा उल्लेख केलेला नसला तरी अप्रत्यक्षपणे तसा अर्थ काढला जातो. पहिल्या कराराने राजकीय समाज

निर्माण झाला आहे आणि दुसऱ्या कराराने शासनसंस्था निर्माण झाली असे स्थूलमानाने प्रतिपादन केले जाते.

२) निसर्ग अवस्थेतील समस्या – लॉकने निसर्ग अवस्था खूपच चांगली होती, असा दावा केला आहे. कालांतराने या निसर्ग अवस्थेत काही समस्या निर्माण झाल्या; आणि त्या समस्या सोडविण्यासाठी निसर्ग अवस्था संपवून सामाजिक कराराद्वारे समाज आणि राज्य निर्माण झाले असे लॉकचे प्रतिपादन आहे.

३) राज्यसंस्था आणि शासनसंस्था यात फरक – लॉकच्या सिद्धान्तातून राज्यसंस्था आणि शासनसंस्था यातील फरक स्पष्ट होतो. शासनसंस्था बदलण्याचा अधिकार राजकीय समाजाला म्हणजेच लोकांना असतो हे सांगून लॉकने सार्वभौम सत्तेला मर्यादा घातली आहे. शासनसंस्था बदलणे म्हणजे राजकीय समाज बदलणे नव्हे असे सांगून एकप्रकारे लॉकने क्रांतीचा अधिकार लोकांना दिला आहे.

४) सार्वभौम सत्तेला मर्यादित अधिकार – सामाजिक करार होताना व्यक्तींनी आपल्या नैसर्गिक हक्कांचा त्याग केलेला नाही. आवश्यक तेवढेच अधिकार सार्वभौम सत्तेला दिले त्यामुळे मर्यादित सार्वभौम सत्ता निर्माण झाली.

५) जनसंमती हा शासनाचा आधार – लॉकच्या विचारातून शासनाचा आधार जनसंमती असतो हे सिद्ध होते. जनसंमती म्हणजेच सर्व जनतेची संमती किंवा बहुमतांची संमती असा अर्थ काढला जातो.

६) नैसर्गिक हक्कांचे रक्षण – लॉकने जीविताचा हक्क, स्वातंत्र्याचा हक्क आणि संपत्तीचा हक्क हे तीन नैसर्गिक हक्क सांगितले आहेत. त्यांना तो मूलभूत मानवी हक्क मानतो. त्यांच्या रक्षणासाठी सामाजिक कराराद्वारे राजकीय समाज आणि शासनसंस्था यांची निर्मिती झाली असे लॉकचे प्रतिपादन आहे.

७) लॉकच्या सामाजिक करारात व्यक्ती आपले अधिकार समुदायाला देते.

८) कायदा तयार करणे, त्याची अंमलबजावणी व न्याय देण्याचा अधिकार व्यक्तीने सोडून दिले. इतर अधिकार स्वत:कडे ठेवले.

९) लॉकच्या सामाजिक करारात अंतिम अधिकार जनतेकडे आहेत.

१०) सरकारला अमर्यादित अधिकार लॉक देत नाही. सरकारला आपल्या कार्यामध्ये अपयश आले तर त्याला बदलण्याचा अधिकार लॉक जनतेला देतो.

११) सरकार सत्तेवरून गेले म्हणून राज्यसंस्था नष्ट होत नाही.

१२) लॉकचा करार लोकांनी स्वेच्छेने केलेला आहे.

१३) लोकांच्या इच्छेनुसार हा करार झालेला असल्याने बहुमताने होणाऱ्या निर्णयाचे पालन इतर सर्व लोक करतात.

टीका

१) निसर्गावस्थेतील मनुष्य विवेकी होता असे लॉक म्हणतो. मग त्याला अडचणी कशा निर्माण झाल्या?

२) लॉकच्या करारात स्पष्टता नाही.

३) लॉकने बहुमताने निर्णय घेण्याची पद्धत मांडली यामुळे अल्पमतवाल्यांचे अधिकार धोक्यात आले.

४) लॉकने केवळ मानवाच्या चांगल्या बाजूचेच वर्णन केले आहे.

५) लॉक राजसंस्थेकडे मर्यादित भूमिका देताना दिसतो.

सारांश

जॉन लॉकचा सामाजिक करार सिद्धान्त अतिशय महत्त्वपूर्ण आहे. तो म्हणतो या करारामुळेच राजकीय समाज उदयास आला. तसे व्यक्तीच्या गरजांची पूर्तता करण्यासाठी व्यक्ती-व्यक्तींनी हा करार परस्परांमध्ये केला आहे. स्वत:हून व्यक्तींनी आपले काही अधिकार सोडून दिलेले आहेत. एकूणच संपत्ती रक्षणासाठी व सुरक्षिततेसाठी हा करार झाला. सरकारला या गोष्टी करण्यात अपयश आले तर सरकार बदलण्याचा अधिकार लॉक जनतेला देतो. अशाप्रकारे लॉकचा सामाजिक करार सिद्धान्त सांगता येतो.

क) नागरी समाज व राज्यसंस्थेबाबतचे विचार

नागरी समाज (Civil Society)

प्रस्तावना

जॉन लॉकने नागरी समाज ही संकल्पना स्पष्ट केली आहे. निसर्गावस्थेमध्ये प्रत्येक मानवाला काही मूलभूत हक्क प्राप्त होतात. उदा. जीविताचा, वित्ताचा, स्वातंत्र्याचा हक्क. व्यक्तीला हे अधिकार प्राप्त होतात कारण व्यक्ती विवेकी असते त्यामुळे विवेकाच्या आज्ञांचे पालन करण्यातच आपले हित आहे हे व्यक्तीला समजते. माणसाच्या या हक्कांना समाज व राज्यसंस्थादेखील मान्यता देते.

व्याख्या

व्यक्तीच्या मूलभूत हक्कांना समाजाने व संस्थांनी मान्यता दिली व अमलात आणले, तर त्या समाजाला 'नागरी समाज' असे म्हणतात.

लॉक म्हणतो, मानवाचे हे हक्क जो समाज व संस्था सुरक्षित ठेवू शकतात. तोच समाज व संस्था टिकतात अन्यथा त्या नष्ट होतात.

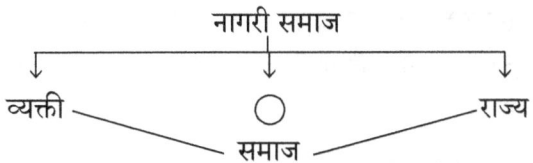

व्यक्ती व राज्य यामधील भागाला लॉक नागरी समाज म्हणतो. नागरी समाज राज्यसंस्थेला अधिमान्यता देतो तसेच ती काढूनदेखील घेवू शकतो. राज्यसंस्थेला अधिमान्यता देण्याचा महत्त्वाचा अधिकार लॉक नागरी समाजाला देतो. नागरी समाजातून अधिसत्तेचा जन्म होतो. नागरी समाज अधिसत्तेचे अधिकार कमीत कमी करतो व ते अधिकार स्वतःकडे घेतो.

राज्यसंस्थेला दैवाने निर्माण केले या विचाराला लॉक विरोध करतो. याउलट, तो म्हणतो राज्यसंस्थेला व्यक्ती व नागरी समाज यांनी निर्माण केले आहे तसेच राज्यसंस्थेला अधिमान्यतादेखील व्यक्ती व नागरी समाजच देतो. याचा अर्थ नागरी समाज राज्यसंस्थेला अधिमान्यता देतो त्याचबरोबर राज्यसंस्थेची अधिमान्यता काढून घेण्याचा अधिकारदेखील नागरी समाजाकडे असतो. कायदेमंडळ म्हणजे सामूहिक लोकांची संघटना असते. नागरी समाजाची कायदेमंडळाला संमती असते; कारण तो त्याचा सभासद असतो त्यामुळे सामूहिकपणे घेतलेल्या निर्णयाला नागरी समाजातील प्रत्येकाची संमती असते. राज्यसंस्थेला पूर्णपणे अधिकार नसतात असे लॉक म्हणतो कारण ती नागरी समाजाने स्वतःच्या गरजांची पूर्तता करण्यासाठी निर्माण केलेली संस्था असल्याने तिचे अधिकार, सत्ताक्षेत्र मर्यादित असते.

लॉक म्हणतो, संपत्तीचा हक्क हा समाजाने निर्माण केलेला हक्क नाही. त्यामुळे समाज व्यक्तीच्या संपत्तीच्या हक्कावरती काही किरकोळ नियंत्रणे घालू शकतो परंतु व्यक्तीचा हा हक्क समाजाला नियंत्रित करता येत नाही. निसर्गव्यवस्थेपासूनच माणसे इतर नैसर्गिक हक्काबरोबर संपत्तीचा हक्क उपभोगत होती. आपल्या संपत्तीच्या व इतर हक्कांच्या रक्षणासाठी व्यक्तींनी एकत्र येऊन परस्परांमध्ये करार केला व त्या कराराद्वारे त्यांनी नागरी समाज निर्माण केलेला आहे. व्यक्तींना समाजाच्या मालकीपेक्षा खाजगी मालकी पहिल्यापासूनच महत्त्वाची वाटली म्हणून त्यांनी विवेकाद्वारे करार करून नागरी समाज निर्माण केला.

जॉन लॉक असे म्हणतो की, सामाजिक करारातून नागरी समाज उदयाला येतो. व्यक्ती व राज्यसंस्था यामधील मध्यस्थ म्हणून नागरी समाजाकडे पाहता येते. नागरी समाज ही एक विवेकपूर्ण कृती आहे. व्यक्तींनी परस्परांशी करार करून नागरी समाजाची निर्मिती केली. सर्वांच्या सहमतीने नागरी समाज उदयाला आला. नागरी समाजाने घेतलेल्या निर्णयांना सर्व सहमती असते. बहुमताद्वारे ही संमती दिली जाते. नागरी समाज

राज्यसंस्थेला अधिमान्यता देतो त्याचबरोबर ती अधिमान्यता काढून देखील घेतो. थोडक्यात, करारातून नागरी समाज निर्माण झाल्याने तो सर्वांच्या सहमतीने निर्माण झालेला आहे असे लॉक म्हणतो.

राज्यसंस्थेबाबतचे लॉकचे विचार

लॉक म्हणतो की, राज्यसंस्था अस्तित्वात येण्याअगोदर नैसर्गिक अवस्था होती. परंतु नैसर्गिक अवस्थेमध्ये कायदे, कार्यकारी व न्यायदानाची समस्या निर्माण झाली. या समस्या सोडविण्यासाठी राज्यसंस्था मानवाने निर्माण केली. नैसर्गिक अवस्थेमध्ये ज्या समस्या निर्माण झाल्या होत्या त्यावरील उपाय म्हणून मानवाने राज्यसंस्था स्थापन करण्याचा निर्णय घेतला असे लॉक म्हणतो. जोपर्यंत मानवाला राज्यसंस्था या समस्यांपासून दूर ठेवले तोपर्यंत मानव राज्यसंस्थेला संमती देतील. ज्यावेळेस मानवाला असे वाटेल की, राज्यसंस्था आपल्या हक्कांचे संरक्षण करण्यात अयशस्वी झाली आहे. त्या वेळेला लोक राज्यसंस्था नाकारू शकतात. लॉक म्हणतो की, राज्य निर्माण करणे ही मानवाची अत्यावश्यक गरज नव्हती तर मानवाला जास्तीत जास्त सुखसोयी हव्या होत्या. त्या सुखसोयी राज्यसंस्था देईल असा विश्वास लोकांना वाटत होता म्हणून राज्यसंस्थेची निर्मिती करण्यात आली. राज्य अस्तित्वात येण्याअगोदर नैसर्गिक अवस्थेमध्ये माणूस सुखी, समाधानी, आनंदी जीवन जगत होता. परंतु, त्याला केवळ सुख-समाधान नको होते तर त्याला सुरक्षितता जास्त गरजेची वाटत होती. कायदा करणारी यंत्रणा व कायदे अधिक स्पष्ट असावेत. गुन्हेगारांना शिक्षा व्हावी या हेतूने लोकांनी राज्य निर्माण केले. नैसर्गिक अवस्थेमध्ये ज्या सेवा-सुविधा मानवाला मिळत नव्हत्या त्या सेवा-सुविधा देण्यासाठी राज्यसंस्था उदयाला आली. या सेवा-सुविधा देण्यामध्ये राज्यसंस्थेला अपयश आले तर ती राज्यसंस्था लोक नष्ट करू शकतात म्हणजेच राज्यसंस्थेचे भवितव्य किंवा अस्तित्व तिच्या सेवा-सुविधा देण्याच्या क्षमतेवर अवलंबून असणार आहे.

१) राज्यसंस्थेची निर्मिती करारातून : जॉन लॉक म्हणतो की, राज्यसंस्था देवाने निर्माण केलेली नाही म्हणजेच राज्यसंस्था दैवी असते या सिद्धान्ताला त्याने नकार दिला. राज्यसंस्था ही करारातून निर्माण झालेली आहे. मानवाने आपल्या गरजांची पूर्तता करण्यासाठी परस्परांमध्ये करार केला व राज्यसंस्था निर्माण केली. लोकांनी काही अटींवर आधारित राज्यसंस्थेला सत्ता दिली व त्या मोबदल्यात राज्यसंस्थेच्या निर्णयांना संमती दिली.

२) संमती हा राज्यसंस्थेचा पाया : बळ, जबरदस्ती, शक्ती हा राज्यसंस्थेचा पाया किंवा आधार असतो. या विचाराला जॉन लॉकने नकार दिला. मानव हा विवेकी

असतो तो विवेकावर आधारित कृती करीत असल्याने बळाचा वापर करणाऱ्या राज्यसंस्थेला लोक नाकारतात. १६८८ साली इंग्लंडमधील जनतेने बळावर आधारलेली राजकीय व्यवस्था नाकारली. जॉन लॉक म्हणतो, लोकांच्या संमती शिवाय कोणत्याही राज्यसंस्थेला राज्य करता येत नाही. राज्यसंस्थेला राज्य करण्यासाठी बळाऐवजी लोकांची मान्यता किंवा संमती गरजेची असते असा महत्त्वपूर्ण विचार लॉकने मांडला.

लॉक म्हणतो, राज्यसंस्थेचा जन्म काही अटींच्या पूर्ततेवर झालेला आहे. राज्यसंस्थेने लोकांच्या जीविताचे, वित्ताचे व स्वातंत्र्याचे रक्षण केले तरच लोक राज्यसंस्थेला संमती देतात. राज्यसंस्था या हक्काचे संरक्षण करण्यात अयशस्वी झाली तर लोक तिची संमती काढून घेतात. राज्यसंस्था या हक्कांचे संरक्षण करीत असेल तर लोक आपले स्वातंत्र्य सोडून देण्यासही तयार होतात कारण त्या बदल्यात त्याच्या महत्त्वाच्या अधिकारांचे रक्षण होणार असते. एकूणच राज्यसंस्थेला लोकांच्या या हक्कांचे संरक्षण करण्याच्या मोबदल्यामध्ये लोकांची संमती मिळते. बळ, जबरदस्तीतून राज्यसंस्थेला लोकांची संमती मिळू शकत नाही.

३) राज्यसंस्था सद्‌वर्तनी : लॉक म्हणतो, राज्यसंस्था करारातून निर्माण झालेली आहे. ती गरजेतून निर्माण झालेली आहे. राज्यसंस्था सद्‌वर्तनी याचा अर्थ राज्यसंस्थेने लोकांच्या हक्कांचे संरक्षण करणे होय. ती ज्या हेतूसाठी निर्माण करण्यात आलेली आहे. त्या हेतूच्या पूर्ततेसाठी तिने कार्य करणे. राज्यसंस्था सद्‌वर्तनी असेल तरच लोकांची तिला संमती असते अन्यथा लोक आपली संमती नाकारू शकतात.

४) बहुमताने निर्णय : सर्वांची मान्यता असलेले राज्य अशी संकल्पना लॉकला अभिप्रेत होती. याचा अर्थ प्रत्येक गोष्टीला प्रत्येकाची मान्यता असा अर्थ लॉकला अभिप्रेत नव्हता तर तो म्हणतो की, बहुमताने घेतलेल्या निर्णयांना सर्वांची मान्यता होती. राज्यसंस्था कार्यक्षम राहण्यासाठी बहुमताने निर्णय घेतले गेले पाहिजेत. एखादा निर्णय काही लोकांना अमान्य असला तरीसुद्धा बहुमताने घेतलेल्या निर्णयानुसार त्यांनी वर्तन केले पाहिजे. थोडक्यात, बहुमताने निर्णय घेणारी राज्यसंस्था लॉकला अभिप्रेत होती.

५) संपत्तीचे संरक्षण : जॉन लॉक म्हणतो, राज्यसंस्था का जन्माला आली? तर केवळ संपत्तीच्या संरक्षणासाठी राज्यसंस्थेचा जन्म झाला याचा अर्थ मालमत्ता किंवा संपत्ती रक्षणाच्या मूळ गरजेतून राज्यसंस्था निर्माण झाली त्यामुळे तिचे प्राथमिक कर्तव्ये लोकांच्या वित्ताचे संरक्षण करणे हे आहे. त्याचबरोबर राज्यसंस्था किंवा सरकारला लोकांवरती अमर्यादित कर बसविण्याचा अधिकार नाही, असे लॉक म्हणतो. लोकांना त्याच्या संपत्तीच्या हक्कासह सुरक्षित ठेवणे हेच राज्यसंस्थेचे महत्त्वाचे काम आहे, असे लॉक म्हणतो.

६) सार्वभौम सत्ता: सार्वभौम सत्ता असा शब्द लॉकने त्याच्या लिखाणात वापरला नाही. 'कायदेशीर सत्ता ही सर्वश्रेष्ठ सत्ता आहे' असे तो म्हणतो. कार्यकारी व न्यायदानाच्या सत्तेपेक्षा राज्यसंस्थेच्या कायदेशीर सत्तेला लॉक जास्त महत्त्व देतो. अंतिम सत्ता राजकीय समाजाकडे असते व राज्यसंस्था स्थापन करण्याच्यावेळी लोक ही सत्ता वापरतात. लॉक राज्यसंस्थेच्या निरंकुश सत्तेला विरोध करतो. राज्यसंस्थेला मनमानी पद्धतीने राज्यकारभार करता येत नाही असेही तो म्हणतो. कायदेशीर सत्ता जरी सर्वश्रेष्ठ असली तरीसुद्धा तिच्यावर देखील लॉक बंधने घालतो. राज्यसंस्थेने लोकांशी केलेला करार म्हणजे ज्या कारणासाठी लोकांनी राज्यसंस्था, सरकार निर्माण केले त्याचे पालन राज्यसंस्थेकडून झाले नाही तर ते सरकार बदलण्याचा महत्त्वपूर्ण अधिकार लॉक लोकांना देतो. केवळ राज्यसंस्था जीवित, वित्त व स्वातंत्र्य यांचे रक्षण करू शकली नाही तरच ती बदलण्याचा अधिकार लॉक लोकांना देतो. परंतु सर्वसामान्य परिस्थितीमध्ये राज्यसंस्थेने केलेल्या कायद्याचे पालन करणे लोकांवर बंधनकारक असते.

७) विरोध करण्याचा व शासन बदलण्याचा हक्क : राज्यसंस्थेला किंवा सरकारला सत्ता देताना लोकांनी आपले काही हक्क स्वत:कडे राखून ठेवले. आपले सर्व हक्क सोडून दिले नाहीत. अनैतिक, भ्रष्टाचारी, चुकीचे कार्य करणारे अकार्यक्षम सरकार बदलण्याचा हक्क व त्याजागी दुसरे सरकार आणण्याचा हक्क तसेच ज्या कार्यासाठी सरकार निर्माण झाले ते कार्य ते करते की नाही हे तपासण्याचा हक्क, ज्या अटीवर कायदेशीर सत्ता सरकारकडे दिली त्या अटींची पूर्तता होते आहे की नाही हे तपासण्याचा हक्क लोकांनी राज्यसंस्थेकडे सुपूर्त केले नाहीत तर ते स्वत:कडे ठेवले. त्यामुळे राज्यकर्ता वर्ग किंवा शासक सत्ताभ्रष्ट झाले, भ्रष्टाचारी झाले, अनैतिक वर्तन करू लागले, स्वत:ला हव्या त्या पद्धतीने वर्तन करू लागले तर त्याविरोधी लोकांनी बंड करावे; कारण बंड करण्याचा त्याचा अधिकार त्यांनी राखून ठेवलेला आहे. कोणीतरी आपल्याला या संकटातून बाहेर काढेल किंवा दैवी चमत्काराची वाट न पाहता लोकांनी आपला हा अधिकार वापरून, प्रतिकार करून शासन बदलून टाकावे. सरकार भ्रष्ट झाले याचा अर्थ ते कायद्याचे पालन करीत नाही. लॉक म्हणतो, अशा कायद्याचे पालन न करणाऱ्या सरकारच्या विरोधात संघर्ष करणे म्हणजे कायद्याचे रक्षण करणे आहे. ज्याक्षणी शासन करारातील अटींची पूर्तता करीत नाही किंवा त्याचे पालन करीत नाही त्याक्षणी त्या शासनाला विरोध करणे हा लोकांचा नैसर्गिक हक्क आहे असे लॉक म्हणतो. लोकांनी आपला संघर्ष किंवा बंड करण्याचा अधिकार वापरताना काही बंधनांचे पालन करणे लॉकला गरजेचे वाटते. किरकोळ कारणांवरून किंवा काही थोड्या लोकांना बंड करता येणार नाही. बहुसंख्य जनता हा मार्ग वापरू शकते. शस्त्र वापरताना देखील अपरिहार्य कारण असेल तरच त्याचा वापर करावा. लॉक म्हणतो, लोकांना प्रतिकार करण्याचा हक्क आहे म्हणून किरकोळ

कारणांवरून त्यांना प्रतिकार करता येणार नाही. संमतीवर आधारलेले शासन व लोकांचा शासनाला प्रतिकार करण्याचा हक्क यांच्या समन्वयातूनच राज्यसंस्थेला स्थैर्य प्राप्त होईल असे लॉक म्हणतो.

सारांश

राज्यसंस्था ही करारातून निर्माण झालेली आहे. ती दैवी नाही किंवा ती चत्मकारदेखील नाही. लोकांच्या जीवित, वित्त व स्वातंत्र्याचे रक्षण करण्याच्या अटीवर राज्यसंस्था उदयाला आली. या हक्कांच्या संरक्षणासाठी लोकांनी आपल्यावर राज्य करण्याचा अधिकार राज्यसंस्थेला दिला तसेच राज्यसंस्थेच्या कायद्याचे पालन करण्याचे बंधनही स्वतःवर घालून घेतले याचा अर्थ राज्यसंस्था लोकांच्या इच्छेतून, गरजेतून निर्माण झालेली आहे. लोकांची संमती हा राज्यसंस्थेचा पाया आहे. राज्यसंस्थेने करारातील अटींचे पालन केले नाही तर ती बदलण्याचा अधिकार लॉक लोकांना देतो. त्यामुळे राज्यसंस्था जोपर्यंत कराराचे पालन करते तोपर्यंत तिचे अस्तित्व असते परंतु ज्या वेळी ती कराराचे पालन करीत नाही त्या वेळी तिला बदलविणे हा लोकांचा न्याय किंवा नैसर्गिक हक्क ठरतो असे लॉक म्हणतो. याचा अर्थ राज्यसंस्था निरंकुश नाही तर तिच्यावर लोकांचे नियंत्रण आहे. अशाप्रकारे लॉकचे राज्यसंस्थाविषयक विचार सांगता येतात.

प्रश्न

१) जॉन लॉक सामाजिक करार सिद्धान्त सविस्तर स्पष्ट करा.

२) नैसर्गिक हक्कांची लॉकची संकल्पना स्पष्ट करा.

३) नागरी समाजाची लॉकची संकल्पना लिहा.

४) राज्य संस्थेबाबतचे लॉकचे विचार स्पष्ट करा.

प्रकरण ८

रुसो
(Rousseau)

अ) निसर्ग अवस्था व मानवी स्वभाव बाबतचे दृष्टिकोण (State of Nature and Views on Human Nature)

ब) सामान्य इच्छेचा सिद्धान्त (Theory of General Will)

क) सामाजिक करार सिद्धान्त (Theory of Social Contract)

अल्प परिचय

जन्म : २८ जून १७१२, मृत्यू : २ जुलै १७७८

रुसोचा जन्म स्वित्झर्लंडमध्ये झाला. रुसोच्या लहानपणी त्याला अत्यंत वाईट अवस्थेत जीवन जगावे लागले. रुसोने आपल्या जीवनात बुद्धिपेक्षा भावनेला महत्त्व दिले याचे कारण त्याच्या जीवनात आलेले अनुभव होय. १७४९ मध्ये एक निबंध स्पर्धा आयोजित केली गेली व त्या निबंध स्पर्धेत त्याच्या निंबधाला सर्वोत्कृष्ट बक्षीस मिळाले. या निबंधामध्ये सभ्यतेचा विकास, ज्ञान मिळविण्याची इच्छा, कृत्रिम जीवनपद्धती यामुळे मानवी जीवनात दूरवस्था निर्माण झालेली आहे. हा विचार अस्तित्वात असलेल्या विचारांना छेद देणारा होता. रुसोने लिहिलेला 'सोशल कॉन्ट्रॅक्ट' हा ग्रंथ भविष्यकाळातील क्रांतीसाठी कारणीभूत ठरलेला दिसतो. प्लेटो, ॲरिस्टॉटल याचा प्रभाव रुसोवरती होता. मनुष्य हा सामाजिक प्राणी आहे. राज्यातच तो आपला विकास करू शकतो हे मत त्याला मान्य होते. हॉब्ज, तसेच मॅकिआ व्हेली, माँटेस्क्यू लॉक इ. विचारवंतांच्या विचारांचा प्रभाव रुसोवरती होता तसेच तत्कालीन परिस्थितीचा प्रभाव रुसोवरती होता.

ग्रंथ

रुसोने, द डिसकोर्सेस ऑन आर्ट ॲण्ड सायन्स, ॲन इंट्रडक्शन टू पॉलिटिकल इकॉनॉमी, सोशल कॉन्ट्रॅक्ट, इमिली हे ग्रंथ लिहले आहेत.

अ) निसर्ग अवस्था

प्रस्तावना

रुसोने आपल्या Discources of the Art and Science या ग्रंथामध्ये नैसर्गिक अवस्थेचे वर्णन केले आहे. त्यांनी अवस्थेला सामजिक अवस्थेपेक्षा उच्च स्थान दिले आहे. आजच्या समाजापेक्षा ती अवस्था सुखमय होती. निसर्ग अवस्थेत मनुष्य आपले जीवन आनंदाने व सुखाने व्यतित करीत होता. कोणाचा कोणाशीही संघर्ष नव्हता. कोणतीही व्यक्ती कोणाचाही द्वेष करीत नव्हती. निसर्ग अवस्थेत मनुष्य रानटी असला तरीसुद्धा चांगला होता.

रुसोच्या मते निसर्ग अवस्थेमध्ये जो माणूस होता त्याचा स्वभाव चांगला होता व प्रवृत्ती देखील चांगली होती. निसर्ग अवस्थेतील युग हे सुवर्णयुग होते. म्हणजेच ती स्वर्गअवस्था होती. मनुष्य स्वतंत्र असण्याबरोबर संतुष्ट होता. म्हणून रुसो म्हणतो, 'आम्हाला आमचे अज्ञान, भोळेपणा परत द्या. त्यानेच आम्ही सुखी होवू.' निसर्ग अवस्थेमध्ये विज्ञान व कला यांचा विकास झालेला नव्हता. उच्चनीचतेची भावना नव्हती. 'ही वस्तू किंवा जमीन माझी आहे' अशा प्रकारची भावना नव्हती. लोकांना भविष्याबद्दल चिंता वाटत नव्हती. निसर्गअवस्थेतील मनुष्य बुद्धीहीन होता परंतु तो चरित्र्यहीन किंवा भ्रष्ट नव्हता.

पण हे निसर्गअवस्थेतील सुख अधिक काळ टिकले नाही ही निसर्ग अवस्था नष्ट होण्यामागील रुसोने कारणे सांगितली आहेत.

१) लोकसंख्या वाढ २) विवेकाचा उदय

मनुष्याला अन्न, वस्त्र, निवारा यांची आवश्यकता वाटू लागली तसेच त्याच्या पूर्तीचीदेखील आवश्यकता वाटू लागली. यातून विवेकाचा उदय झाला. पृथ्वीवरती कष्ट करून धन किंवा पैसा मिळविता येऊ शकतो. ही कल्पना त्याला आली यातूनच खाजगी संपत्तीचा उदय झाला. तुझे-माझे ही भावना निर्माण झाली. रुसोच्या मते, ज्या मनुष्याने प्रथम एखाद्या जमिनीच्या तुकड्याभोवती कुंपण घालून ही माझी जमीन आहे, असे म्हटले व त्यावरती इतरांनी देखील विश्वास ठेवला. तेव्हाच राजकीय समाजाची सुरुवात झाली. जी व्यक्ती जास्त श्रम करत होती तिच्याजवळ अधिक श्रीमंती येत होती. त्यामुळे व्यक्ती-व्यक्तीमध्ये असमानतेची भावना निर्माण झाली. एकमेकांबद्दल द्वेष निर्माण झाला. श्रीमंत व गरीब असा वर्ग तयार झाला. एकमेकांची संपत्ती हडप करण्याची वृत्ती निर्माण झाली. सहकार्याची जागा संघर्षाने घेतली. समाजामधील समानता व सुख नष्ट झाले. स्वार्थ, संघर्ष, लुटालूट यामधून मार्ग काढण्यासाठी एकच उपाय शिल्लक होता, तो म्हणजे सामाजिक करार करून राजकीय समाज स्थापन करणे व जीवन सुरक्षित करणे.

सारांश

रुसोने निसर्गअवस्था सुरुवातीला चांगली म्हणजेच स्वर्गासमान होती असे म्हटले. परंतु सतत वाढणारी लोकसंख्या व विवेकाचा उदय त्यामुळे चांगल्या निसर्गअवस्थेचे रूपांतर वाईट व संघर्षमय अवस्थेत झाले. लोकांना स्वत:च्या जीवाचे व वित्ताचे संरक्षण करण्यासाठी म्हणून सामाजिक कराराची आवश्यकता वाटू लागली. अशाप्रकारे रुसोने निसर्गअवस्थेचे वर्णन केले आहे.

रुसोचे मानवी स्वभावाबाबतचे विचार

हॉब्ज व लॉक यांच्या विचारांपेक्षा मनुष्य स्वभावाबाबतचा वेगळा विचार रुसोने मांडला. मनुष्य स्वार्थी व दुष्ट आहे हे हॉब्जचे मत रुसोला मान्य नाही. रुसोच्या मते मनुष्य स्वभावाने अतिशय चांगला आहे. तो भोळा आहे. त्याला कोणत्याच गोष्टींची चिंता नाही. तो सरळमार्गी शांतताप्रेमी आहे. जगामध्ये दिसणारा भ्रष्टाचार, वाईटपणा हे सर्व दूषित सामाजिक संस्थांचा परिणाम आहे. मुनष्य मूलत: वाईट नाही असे रुसोचे मत आहे. मनुष्याचा स्वभाव निर्माण होण्यासाठी दोन प्रवृत्ती कारणीभूत असतात.

१) आत्मप्रेम : मनुष्याचा स्वभाव निर्माण होण्यासाठी आत्मप्रेम किंवा स्वसंरक्षणाची भावना महत्त्वपूर्ण ठरते. आत्मरक्षणाची प्रवृत्ती मनुष्यामध्ये नसती तर तो केव्हाच नष्ट झाला असता.

२) सहानुभूती : मनुष्याचा स्वभाव निर्माण होण्यासाठी सहानुभूती किंवा परस्पर साहाय्यता हा घटक कारणीभूत ठरतो. प्रत्येक मनुष्यामध्ये सहानुभूतीची भावना दिसून येते. सहकार्याच्या भावनेमुळे मनुष्याचे जीवन सुसह्य होते. परस्पर हिताची भावना मनुष्यामध्ये असल्याने तो चांगला असतो.

रुसोच्या मते या दोन मूलभूत भावनांमध्ये कधी कधी संघर्ष होतो. या दोन्ही भावना एकाच वेळी संतुष्ट करता येत नाहीत अशावेळी मनुष्य करार करण्यास तयार होतो. आत्मप्रेम व सहानुभूती यामधून करारवादी प्रवृत्ती निर्माण होते. या दोन्हींच्या संघर्षामधून जी भावना निर्माण होते तिला तो 'जाणीव' म्हणतो. आतला आवाज किंवा जाणीव ही एक नैतिक शक्ती आहे. संन्यासाकडे घेऊन जाणारी ती एक प्रेरणा आहे. अंत:करण मनुष्याला सत्यावरती प्रेम करायला व असत्याचा तिरस्कार करायला शिकवते. सत्य, असत्य ह्याची ओळख मानवाला बुद्धीमुळे होते. चांगले व वाईट समजते. ही जाणीव मनुष्याला चांगल्या मार्गाकडे जाण्यास प्रवृत्त करते. आत्मरक्षण व सहानुभूती यामध्ये निर्माण झालेल्या संघर्षातून विवेक व त्यातून जाणीव, सामंज्यस्य निर्माण होते. आतला आवाज कधीच चूक करत नाही. व्यक्ती जर वाईट मार्गाला लागली तर तो तिच्या अंत:करणाचा दोष नसतो तर तो तिच्या बुद्धीचा किंवा विवेकाचा दोष असतो. याचाच अर्थ विवेकाने सत्य व असत्य यामध्ये फरक केलेला नसतो. एकूणच रुसोने विवेकापेक्षा देखील आतला आवाज किंवा अंतरिक विचार यांना अधिक महत्त्व दिले आहे.

रुसोच्या मते मनुष्य स्वभावत:च चांगला आहे. त्याच्या मते, मनुष्यामध्ये चांगुलपणा असतो; पण तो पदभ्रष्ट का होतो? किंवा त्याचे अध:पतन का होते? याबद्दल रुसोने मत मांडले आहे. आत्मप्रेम जेव्हा स्वार्थामध्ये रूपांतरित होते तेव्हा तो पदभ्रष्ट होतो; म्हणून मनुष्याने चांगुलपणा टिकवून ठेवण्यासाठी गर्वाचा जाणीवपूर्वक त्याग केला पाहिजे. वाईट प्रवृत्तीपेक्षा चांगल्या प्रवृत्तीचा स्वीकार केला पाहिजे.

मनुष्य स्वभावाचे आदर्श चित्र रुसोने रंगवले आहे. मनुष्य मूलत: चांगला असतो आत्मप्रेम व परस्पर सहकार्य यातून मनुष्याचा स्वभाव तयार होतो म्हणून मनुष्याने आतल्या आवाजाचे ऐकले तर तो वाईट मार्गाकडे वळूच शकत नाही. विवेकानुसार वर्तन केले नाही तर तो वाईट मार्गाकडे जाऊ शकतो असे रुसोचे मत होते. अशाप्रकारे मानवी स्वभावाबाबतचे विचार सांगता येतात.

ब) रुसोचा सामान्य इच्छेचा सिद्धान्त (General Will)

प्रस्तावना

रुसोचा सामान्य इच्छेबद्दलचा सिद्धान्त म्हणजे राज्यशास्त्रमध्ये घातलेली मोठी भर आहे. या सामान्य इच्छेच्या सिद्धान्तामुळे राजकीय क्षेत्रामध्ये एक प्रकारची क्रांती केली. काही विद्वानांच्या मते, हा विचार लोकतंत्राचा आधार बनला; एकूणच रुसोची सामान्य इच्छा महत्त्वपूर्ण आहे.

रुसोचे सामान्य इच्छेसंबंधीचे विचार खालील प्रमाणे -

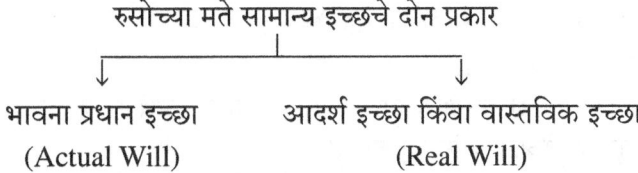

रुसोच्या मते सामान्य इच्छचे दोन प्रकार

↓ भावना प्रधान इच्छा (Actual Will)

↓ आदर्श इच्छा किंवा वास्तविक इच्छा (Real Will)

१) भावना प्रधान इच्छा (Actual Will) - ही मनुष्याच्या भावनेला अनुकूल असते. ही इच्छा स्वार्थी, परिवर्तनशील असते. या भावनाप्रधान इच्छेमुळे मनुष्य विवेक सोडून कार्य करतो. जनकल्याणाची तो काळजी करत नाही, तर आपल्याच स्वार्थाचा विचार करतो. व्यक्तीची ही इच्छा क्रांतिकारी असते. या इच्छेमुळेच व्यक्तीचा दृष्टिकोन देखील बदलतो.

२) आदर्श किंवा वास्तविक इच्छा (Real Will) - ही विवेकावरती व समाजहितावरती आधारलेली असते. ही इच्छा सर्वश्रेष्ठ मानली जाते तसेच तिच्यामध्ये स्वातंत्र्याला महत्त्व असते. ह्या इच्छेमुळे स्थायी स्वरूपाचे निर्णय होऊ शकतात. ही इच्छा नि:स्वार्थी व कल्याणकारी असते. व्यक्तिगत हितापेक्षा सार्वजनिक हित यामध्ये श्रेष्ठ असते. मनुष्याची ही विवेकशील इच्छा आहे.

रुसोच्या मते, मनुष्यामध्ये भावनाप्रधान व आदर्श अशा दोन प्रकारच्या इच्छा असतात. रुसोने मांडलेली सामान्य इच्छा ही आदर्श इच्छांचा समन्वय आहे. वेबरच्या मते, सामान्य इच्छा ही सर्व नागरिकांची इच्छा आहे. जेव्हा ते व्यक्तिगत हितापेक्षा सामान्य कल्याणाची इच्छा करतात तेव्हा सर्वांच्या कल्याणासाठी तो सर्वांचा आवाज असतो. सामान्य इच्छा जनकल्याणाचे प्रतिनिधित्व करते. रुसोच्या मते, सामान्य इच्छेच्या व्यवस्थेत लोक आपले सर्वस्व राज्यसंस्थेवर सोपवितात. राज्याचे हित हे सर्व नागरिकांचे श्रेष्ठ हित आहे. सामान्य इच्छा म्हणजे सर्व नागरिकांच्या श्रेष्ठ इच्छेचा परिणाम आहे. सामान्य इच्छा ही सर्व नागरिकांची श्रेष्ठ इच्छा असण्याबरोबरच ती प्रभुत्वसंपन्न इच्छा आहे. एखादी व्यक्ती सामान्य इच्छेची अवहेलना करत असेल तर समाज तिच्यावर दबाव टाकू शकतो.

सामान्य इच्छेची वैशिष्ट्ये

१) सामान्य इच्छा प्रभुत्व संपन्न आहे.

२) सामान्य इच्छा अविभाज्य आहे.

३) सामान्य इच्छा विवेकावरती अधारलेली असते त्यामध्ये विसंगती नसते.

४) सामान्य इच्छा स्थायी असते तिचा कधीही अंत होत नाही किंवा ती भ्रष्ट देखील होत नाही ती पवित्र आहे. भावनेऐवजी बुद्धीवरती आधारलेली असते.

५) सामान्य इच्छा विवेकशील असण्याबरोबर कल्याणकारी असते.

६) जनहित हे तिचे धैर्य असते.

७) सामान्य इच्छा हस्तांतरित करता येत नाही.

८) सामान्य इच्छा शुद्ध, निर्मळ व श्वाश्वत असते.

९) सामान्य इच्छा राज्याचा आधार आहे. याचाच अर्थ राज्य शक्तीवरती चालत नसून जनतेच्या इच्छेवरती चालते.

१०) सामान्य इच्छा कधीच दोषपूर्ण असत नाही.

११) सामान्य इच्छा ही सर्व कायद्याची उगमस्थान आहे.

सामान्य इच्छेची निर्मिती

समाजामध्ये सामान्य इच्छेची निर्मिती कशी होते यासंबंधी रुसोने विचार मांडले आहेत. कोणत्याही समस्येकडे व्यक्ती पहिल्यांदा स्वतःच्या दृष्टिकोनातून पाहते त्या वेळी तिच्याकडे भावनाप्रधान व आदर्श अशा दोन्ही इच्छा समाविष्ट झालेल्या असतात. विवेकामुळे व इच्छेच्या शुद्ध समन्वयातून सामान्य इच्छा तयार होते. सामान्य इच्छेचे निर्णय कल्याणकारी असतात.

सामान्य इच्छा व जनमत यामधील फरक म्हणजे सामान्य इच्छा जनहितावरती आधारलेली असते. सामान्य इच्छा म्हणजे बहुमताची किंवा एका व्यक्तीची किंवा थोड्या

व्यक्तीची इच्छा नव्हे. सामान्य इच्छा ही एका व्यक्ती किंवा काही व्यक्तींची किंवा कितीही लोकांची असू शकते पण त्यामध्ये सामान्यहित आवश्यक असते. सामान्य इच्छा म्हणजे सर्वांची इच्छा नव्हे. रुसोच्या मते, सामान्य इच्छा सर्वांच्या हिताचा विचार करते, येथे संख्येला महत्त्व नसते.

सामान्य इच्छा व कायदा निर्मिती

कायदा निर्माण करणे हे सामान्य इच्छेचे प्रमुख कार्य आहे. सामाजिक कराराचा तो एक परिणाम आहे कायदा निर्मिती सार्वभौमाचे कार्य आहे. सार्वभौम सत्ता सामान्य इच्छेत असते. याचाच अर्थ कायदा तयार करण्याचा अधिकार सामान्य इच्छेला प्राप्त होतो. कायदा निर्मिती हे सामान्य इच्छेचे कार्य आहे, त्याचे हस्तांतरण होऊ शकत नाही, प्रतिनिधित्व केले जाऊ शकत नाही. या कायद्याचे पालन सर्वांनी केले पाहिजे राज्याला एक नैतिक व्यक्ती मानल्याने त्याच्या सर्व आज्ञा पाळणे आवश्यक ठरते. सामान्य इच्छा कधीही चुकीची अन्यायपूर्ण भ्रष्ट असूच शकत नाही ती नेहमीच आदर्श ठरते म्हणून कायदा अन्यायपूर्ण असूच शकत नाही. सामान्य इच्छेचा आदर्श म्हणजे कायदा होय. रुसोच्या मते, कायद्याचे पालन करून आम्ही स्वतंत्र राहू शकतो कायदा आमची वास्तविक इच्छा व्यक्त करू शकतो. रुसो म्हणतो कायदा म्हणजे जनतेने स्वत:वर लादलेल्या अटी आहेत. कायद्याचा संबंध व्यक्तिगत हितांशी नसून सामान्य हिताशी असतो. कायदा सर्वांशी संबंधित समान स्वरूपात सर्वांसाठी असतो. तो सर्वांनी मिळून तयार केलेला असतो. सामान्य हितासाठी त्याची निर्मिती झालेली असते.

रुसो म्हणतो, विवेकपूर्ण कायदा निर्माण करण्यासाठी कायदेमंडळ असावे व या कायदेमंडळांनी सामान्यहित लक्षात ठेऊन कायदे तयार करावेत. कायदा तयार करणाऱ्या विधिनिर्मात्याचा अंमलबजावणीशी संबंध असणार नाही; तो केवळ तज्ज्ञ म्हणूनच कायद्याची रूपरेषा तयार करेल.

रुसोच्या सामान्य इच्छेवरील आक्षेप

१) रुसोच्या सामान्य इच्छेच्या सिद्धान्त अस्पष्ट आहे. तसाच तो गुंतागुंतीचा आहे. सामान्य इच्छा म्हणजे 'कोणाची इच्छा' हा प्रश्नच सुटत नाही. वेबरच्या मते, सामान्य इच्छेचा पत्ता जर रुसो देऊच शकत नसेल तर त्या सिद्धान्ताचा उपयोग काय? रुसोने सामान्य इच्छेच्या संदर्भात मांडलेले विचार अपूर्ण आहेत.
२) सामान्य इच्छेमध्ये सार्वजनिक हित असते परंतु हे सार्वजनिक हित समजून घेणे अवघड आहे. सरकार आपल्या मताप्रमाणे सार्वजनिक हिताची व्याख्या करते यातून सरकार सार्वजनिक हिताच्या नावाखाली निरंकुश बनते त्यामुळे आपल्या कृत्याचे समर्थन सार्वजनिक हिताच्या दृष्टीने करणे त्याला अवघड जात नाही.
३) एकीकडे रुसो व्यक्तिगत स्वातंत्र्य सुरक्षित ठेवण्याचा प्रयत्न करतो तर दुसरीकडे

बहुमताला महत्त्व देतो.

४) रुसोचा हा सिद्धान्त एक कल्पना आहे. आधुनिक राज्यात सामान्य हित जाणून घेणे अतिशय कठीण आहे.

५) काही टिकाकारांच्या मते, रुसोची इच्छा सामान्य इच्छाही नाही, इच्छाही नाही. तर ती एक निराधार, अमूर्त संकल्पना आहे.

६) प्रत्येक व्यक्तीचे स्वतंत्र व्यक्तिमत्त्व असते व ती आपल्या पद्धतीने जीवन जगत असते. त्यामुळे सामान्य जीवन असूच शकत नाही. या आधारावरती सामान्य इच्छा असूच शकत नाही.

७) निरंकुशवाद, समाजवाद या विचारांची बीजे रुसोच्या या सिद्धान्तामध्ये आहेत.

सारांश

रुसोने सामान्य इच्छेबाबतचा सिद्धान्त मांडला. समाजातील सर्व व्यक्तींच्या आदर्श इच्छांचा समन्वय म्हणजे सामान्य इच्छा होय असे म्हटले. ही सामान्य इच्छा शुद्ध, निर्मळ, अविभाज्य, प्रभुत्वसंपन्न व जनकल्याण करणारी आहे. ती विवेकावरती अधारलेली असल्याने लोकांच्या कल्याणाचे प्रतिनिधित्व करते. एकूणच सामान्य इच्छा नेहमीच बरोबर असते, ती कधी चुकू शकत नाही. सामान्य इच्छा म्हणजे 'कायदा' होय. एकूणच सामान्य इच्छेवरती अधारलेली शासनव्यवस्था न्यायपूर्ण असते, असा महत्त्वपूर्ण विचार रुसोने मांडला. अशाप्रकारे रुसोचे सामान्य इच्छेबाबतचे विचार स्पष्ट करता येतात.

क) रुसोचा सामाजिक करार सिद्धान्त

प्रस्तावना

रुसोने Social Contract नावाच्या ग्रंथामध्ये त्यांचा सामाजिक करार सिद्धान्त मांडला आहे. राज्यसंस्था उदयाची कारण मीमांसा रुसोने यामध्ये केली आहे. निसर्ग अवस्थेतील सुख व शांती नष्ट होऊन त्याची जागा संघर्ष व द्वेष यांनी घेतली. त्यामुळे जीवनाची श्वाश्वती उरली नाही. या त्रासातून मुक्ती मिळविण्यासाठी मनुष्याने एक सामाजिक करार केला. व्यक्तीला प्रथम आपल्या जीवनाची व संपत्तीच्या सुरक्षिततेची आवश्यकता होती. तिला जास्तीत जास्त स्वतंत्र्यहीन हवे होते, यासाठी मनुष्याने करार केला. हा करार व्यक्ती व्यक्तीमध्ये होता. तसेच तो सामूहिक स्वरूपात देखील होता. या करारानुसार प्रत्येक व्यक्तीने आपले शरीर व सर्व अधिकार सामान्य इच्छेला (General Will) अर्पण केले. आम्ही सर्वजण स्वतःला त्या संपूर्ण शक्तीचे एक अविभाज्य घटक किंवा भाग मानतो असे मानले. एकूणच रुसोचा सामाजिक करार दोन पक्षांमध्ये झालेला आहे. एका बाजूला व्यक्ती व्यक्तिगत रूपात असते तर दुसऱ्या बाजूने व्यक्ती सामूहिक रूपात असते. उदा. अ, ब, क, ड ह्या व्यक्तींनी आपले व्यक्तिगत अधिकार अ, ब, क, ड या समाजाला अर्पण केले; व यातून राज्यसंस्था निर्माण झाली. तरीसुद्धा स्वातंत्र्य,

अधिकार व सत्ता मनुष्य आपल्याकडेच ठेवतो. परंतु त्या व्यक्तिगत स्वरूपात नव्हे तर सामाजिक स्वरूपामध्ये ठेवतो. जनतेची इच्छा प्रत्यक्षात आणण्याचे कार्य सरकारचे आहे. सरकार जर जनतेच्या हिताविरोधी कार्य करीत असेल तर त्याला पदच्युत करण्याचा अधिकार जनतेला आहे.

रुसोच्या सामाजिक कराराची वैशिष्ट्ये

१) या करारानुसार प्रत्येक व्यक्ती आपले सर्वस्व समुदायाला किंवा समाजाला अर्पण करून समाजाला शक्तीसंपन्न बनविते. हा शक्तीसंपन्न समाज जनतेच्या कल्याणाकडे लक्ष देणारा आहे. रुसोच्या करारातील प्रत्येक व्यक्तीला कोणत्याच प्रकारचा तोटा होत नाही; कारण समुदायातील प्रत्येक व्यक्ती जो अधिकार दुसऱ्याला देते तोच अधिकार तिला स्व:तालाही उपभोगता येतो.

२) रुसोच्या करारात प्रत्येक व्यक्ती स्वत:ला सर्वांच्या हाती समर्पित करते पण समर्पित करूनही तिचे समर्पण होत नाही तर ती पूर्वीसारखीच स्वतंत्र राहते.

३) रुसोच्या करारात विशेष अधिकार कोणालाच प्राप्त होत नाहीत सर्वांना समान अधिकार आहे. रुसोचा करार म्हणजे सातत्याने चालणारी प्रक्रिया आहे.

४) व्यक्ती ज्या समुदायाला आत्मसमर्पण करते त्या समुदायाची ही सदस्य असते.

५) करारातून निर्माण झालेला समाज ऐकमेकांशी संबंधित असतो. प्रत्येक व्यक्ती राज्याचे अविभाज्य अंग असते.

६) रुसोचा समाज हॉब्ज व लॉक प्रमाणे व्यक्तीवादी नाही तर तो सामूहिक आहे. व्यक्ती आपल्या व्यक्तीवादाचा त्याग करून समाजामध्ये सुखमय जीवन घालविते. सामान्य इच्छा रुसोच्या सामाजिक कराराचे महत्त्वपूर्ण वैशिष्ट्य आहे. सामान्य इच्छा नेहमीच न्यायपूर्ण असते. जनहित हा तिचा उद्देश असतो; एकूणच हॉब्ज व लॉकच्या करारापेक्षा हा करार अधिक प्रभावशाली वाटतो.

सामाजिक करारावरील आक्षेप किंवा टीका

१) निसर्गावस्थेचे रुसोने केलेले वर्णन पूर्णपणे काल्पनिक वाटते. निसर्ग अवस्था ही स्वर्गीय अवस्था होती याला ऐतिहासिक पुरावा नाही.

२) रुसोने केलेले मनुष्य स्वभावाचे वर्णनही योग्य वाटत नाही. हॉब्जने मनुष्याला दुष्ट व स्वार्थी बनवले तर रुसोने त्याला गुणी व नि:स्वार्थी मानले. वास्तविक मनुष्य हा केवळ स्वार्थीही नाही, निव्वळ गुणीही नाही तर मनुष्य म्हणजे सद्गुण व दुर्गुण यांचे मिश्रण आहे. त्यामुळे बाह्य परिस्थितीने मनुष्यात दोष निर्माण झाले हे योग्य वाटत नाही.

३) रुसोच्या लिखाणामध्ये विसंगती आढळते.

४) रुसो एकीकडे राज्याचा समर्थक होता व दुसरीकडे व्यक्तीवादाचा समर्थक होता.

एकीकडे तो व्यक्तीच्या स्वातंत्र्याचे समर्थन करतो तर दुसरीकडे तिला राज्याचा गुलाम बनवतो. एकीकडे तो सहिष्णुतेचा, नीतीचा उपदेश करतो तर दुसरीकडे नागरिकांना गणराज्यामधून वगळतो.

५) रुसोच्या रचनेत जितका विरोधाभास व विसंगती आढळते तितकी दुसऱ्या कोणत्याच लेखकाच्या लिखाणात आढळत नाही. संपत्तीच्या बाबतीत देखील त्याने उलट-सुलट विचार मांडले आहेत.

६) बार्करच्या मते, रुसो वास्तविक सर्वाधिकारवादी आहे कारण त्याने सर्वोच्च सत्तेवरती कोणतेच बंधन टाकले नाही.

७) रुसोने प्रगतीच्या सिद्धान्ताला विरोध केला आहे. परंतु मानव जातीचा इतिहास हा प्रगतीचा इतिहास आहे.

८) 'व्यक्ती सर्वस्व अर्पण करूनही काहीच अर्पण करत नाही' असे तो म्हणतो परंतु हे म्हणणे योग्य नाही. या करारामुळे व्यक्तीचे स्वातंत्र केवळ नावापुरते राहते. सामान्य इच्छेला प्राधान्य देऊन तो व्यक्तीच्या इच्छापूर्तीचे स्वातंत्र्य राज्य संस्थेच्या मर्जीवरती सोडून देतो.

९) करार करताना संस्था अस्तित्वात असणे गरजेचे असते म्हणजेच राज्यसंस्थेच्या अस्तित्वाशिवाय करार होऊ शकत नाही.

१०) रुसोच्या सामान्य इच्छेने राज्यसंस्थेला स्वैराचारी बनविले.

वरील टीका रुसोच्या सामाजिक करार सिद्धान्तावरील होत असल्या तरीसुद्धा व्यक्तीनी जीवित, वित्ताच्या संरक्षणासाठी व्यक्ती-व्यक्तीमध्ये, समुदायामध्ये करार करून राज्यसंस्था उदयाला आणली. सामान्य इच्छेला यामध्ये महत्त्वपूर्ण स्थान आहे. राज्यसंस्था जनकल्याणाचे कार्य करीत नसेल तर ती नाकारण्याचा अधिकार जनतेला दिला हे रुसोच्या सामाजिक कराराचे महत्त्व नाकारता येत नाही.

सारांश

रुसोने मांडलेला सामजिक करार सिद्धान्त महत्त्वपूर्ण आहे. निसर्गअवस्थेमध्ये व्यक्तीचे जीवन अशाश्वत बनले होते. यासाठी व्यक्तींनी करार करून राज्यसंस्था उदयाला आणली. सामान्य इच्छेला त्यांनी महत्त्व दिले. व्यक्ती व्यक्तीवाद सोडून लोकांच्या कल्याणाच्या दृष्टीने प्रयत्न करते. सर्व समाजाला समान अधिकार रुसो देतो अशाप्रकारे रुसोचा सामाजिक करार सिद्धान्त स्पष्ट करता येतो.

प्रश्न

१) रुसोने वर्णन केलेली निसर्गावस्था स्पष्ट करा.

२) मानवी स्वभावाचे रुसोने केलेले चित्रण स्पष्ट करा.

३) सामान्य इच्छा किंवा सामूहिक इहेचा रुसोचा सिद्धान्त स्पष्ट करा.

४) रुसोचा सामाजिक करार सिद्धान्त स्पष्ट करा.

पारिभाषिक शब्दावली

State	राज्य
Ideal State	आदर्श राज्य
Philosopher King	तत्त्वज्ञ राजा
Justice	न्याय
Communism	साम्यवाद
Slavery	गुलामगिरी
Revolution	क्रांती
Religion	धर्म
Morality	नैतिकता
Statecraft	राजाला दिलेला संदेश
Utilitarianism	उपयुक्ततावाद
Liberty	स्वातंत्र्य
Representative Government	प्रातिनिधिक सरकार
Historical Materialism	ऐतिहासिक भौतिकवाद
Class	वर्ग
Class Struggle	वर्गसंघर्ष
Social Contract	सामाजिक करार
Natural Right	नैसर्गिक हक्क
Civil Society	नागरी समाज
General will	सामाईक इच्छा
Human Nature	मानवी स्वभाव

संदर्भ सूची

1) Avineri Shlomo, 1968, The Ssocial and Political Thouht of karl marx, cambridge : Cambridge University Press.
2) Goldsmith M. M., 1966, Hobbes' Science of Politics, New york : Columbia University Press.
3) Grene Marsorie, 1963, A Portrait of Aristotle, Chicago : University of Chicago Press.
4) Grube, G. M. A., 1935, Plato's Thought, London : Methuen and Co. Ltd.
5) Jha shefali, 2012, Western Political Thought from plato to marx, pearson, New Delhi.
6) Masters Roger D., 1968, The Political Philosophy of Rousseau, Princeton : Princeton University Press.
7) Nelson Brian, 2014, Western Political Thought, Pearson, New Delhi.
8) Prezzolini Giuseppe, 1967, Machiavelti The Noonday Press.
9) Tully James, 1980, A Discourse on Property : John Locke and His Adversaries, Cabmbridge : Cambridge university Press.

१०) भोळे भा. ल., २००४, पाश्चिमात्य राजकीय विचारवंत, पिंपळापुरे प्रकाशन, नागपूर.
११) बारलिंगे सुरेंद्र (संपा.), परामर्श १९८४, खंड - ५ अंक - ४, पुणे विद्यापीठ, पुणे.
१२) शृंगारपुरे अरविंद, पाश्चिमात्य राजकीय विचारक, मंगेश प्रकाशन, नागपूर.
१३) शृंगारपुरे अरविंद, २०११, समग्र भारतीय व पाश्चात्त्य राजकीय विचारवंत, विद्या प्रकाशन, नागपूर.
१४) व्होरा राजेंद्र, सुहास पळशीकर, १९८७, राज्यशास्त्र कोश, दास्ताने प्रकाशन, पुणे.
१५) गर्दे दि. के., १९७७, पाश्चिमात्य राजकीय विचार, राणे प्रकाशन, पुणे.
१६) जैन अशोक, सकलकर ई, १९९०, पाश्चिमात्य राजकीय विचार, सेठ प्रकाशन, पुणे.
१७) देव विजय, शरद गोसावी व संज्योत आपटे, २०१२, पाश्चिमात्य राजकीय विचार, डायमंड प्रकाशन, पुणे.
१८) देवरे पी. डी., डी. एस. निकुंभ, २००९, पाश्चिमात्य राजकीय विचारवंत, प्रशांत पब्लिकेशन्स, जळगाव.